ANG PINAKAMAHUSAY GABAY SA CHIPS, MALUTONG NA MUMO, SARSA

Tuklasin ang Mga Hindi Mapaglabanan na Recipe at Pagpares para sa Mahilig sa Meryenda

Raul Fuentes

Copyright Material ©2023

Lahat ng Karapatan ay Nakalaan

Walang bahagi ng aklat na ito ang maaaring gamitin o ipadala sa anumang anyo o sa anumang paraan nang walang wastong nakasulat na pahintulot ng publisher at may-ari ng copyright, maliban sa mga maikling sipi na ginamit sa isang pagsusuri. Ang aklat na ito ay hindi dapat ituring na kapalit ng medikal, legal, o iba pang propesyonal na payo.

TALAAN NG MGA NILALAMAN

TALAAN NG MGA NILALAMAN 3
PANIMULA 6
CHIPS 7
   1. Classic Homemade Potato Chips 8
   2. Prosciutto chips 10
   3. Beet chips 12
   4. Barley chips 14
   5. Pepperoni chips 16
   6. Baked Sweet Potato Chips 18
   7. Kale Chips 20
   8. Zucchini Chips 22
   9. Carrot Chips 24
   10. Parmesan Garlic Zucchini Chips 26
   11. Plantain Chips 28
   12. Tortilla Chips 30
   13. Cinnamon Sugar Apple Chips 32
   14. Spicy Chili Lime Plantain Chips 34
   15. Rosemary Garlic Beet Chips 36
   16. Curry Spiced Sweet Potato Chips 38
   17. Herbed Goat Cheese Zucchini Chips 40
   18. Mausok na Paprika Corn Chips 42
   19. Bawang Parmesan Potato Chips 44
   20. Cumin Lime Tortilla Chips 46
   21. Sour Cream at Onion Kale Chips 48
   22. Herbed cheddar pita chips 50
   23. Oven-crisped wonton chips 52
   24. Mga potato chips na nababalutan ng tsokolate 54
   25. Ancho chile potato chips 56
   26. Pipino chips 58
   27. Dill pickle chips 60
   28. Pinatuyong peras chips 62
   29. Mga pinatuyong chips ng pinya 64
   30. Talong chips 66
   31. Ovenbaked purple potato chips 68
   32. Spiced yuca chips 70
CRISPS 72
   33. Klasikong Salt and Vinegar Crisps 73

34. Cheddar mexi-melt crisps 75
35. Angel crisps 77
36. Ang balat ng manok ay nalulutong satay 79
37. Balat ng manok Crisps with avocado 81
38. Parmesan vegetable crisps 83
39. Pumpkin pie coconut crisps 85
40. Lutong ng balat ng manok si alfredo 87
41. Pumpkin pie Mga lutong ng niyog 89
42. Coconut butterscotch crisps 91
43. Mausok na keso crisps 93
44. Parmesan zucchini crisps 95
45. Maanghang na Paprika Crisps 97
46. Rosemary Parmesan Crisps 99
47. BBQ Sweet Potato Crisps 101
48. Bawang at Herb Zucchini Crisps 103
49. Parmesan Herb Beet Crisps 105
50. Maanghang Taco Tortilla Crisps 107
51. Honey Mustard Pretzel Crisps 109
52. Lemon Pepper Pita Crisps 111
53. Maple Cinnamon Butternut Squash Crisps 113
54. Sesame Ginger Rice Paper Crisps 115
55. Chocolate Dipped Banana Crisps 117
56. Bacon mustard crisps 119
57. Benne seed crisps 121
58. Caraway cheese crisps 123
59. Oatmeal sesame crisps 125
60. Pine nut crisps 127
61. Mga crisps ng balat ng patatas 129
62. Potsticker crisps 131
63. Yeast crisps 133
64. Brie crisps 135

DIPS 137

65. Buffalo Chicken Dip 138
66. Alkalina Baba Ganoush 140
67. Courgette at Chickpea Hummus 142
68. Lemony Chickpea at Tahini Hummus 144
69. Garlicky Chickpea Hummus 146
70. Spicy Pumpkin & Cream Cheese Dip 148

71. Cream Cheese at Honey Dip 150
72. Garlicky Alkaline Guacamole 152
73. Alkaline Jalapeño Salsa 154
74. Bavarian party dip/spread 156
75. Baked artichoke party dip 158
76. Brick Cheese Dip 160
77. Blue Cheese at Gouda Cheese Dip 162
78. Pub Cheese Dip 164
79. Spicy Corn Dip 166
80. Low-Carb pan pizza dip 168
81. Crab rangoon dip 170
82. Goat Cheese Guacamole 172
83. Ranch dip 174
84. Maanghang na hipon at keso sawsaw 176
85. Bawang at bacon dip 178
86. Creamy Goat Cheese Pesto Dip 180
87. Mainit na Pizza Super sawsaw 182
88. Baked Spinach at Artichoke Dip 184
89. Artichoke Dip 186
90. Creamy artichoke dip 188
91. Dill & Cream Cheese Dip 190
92. Wild rice at Chili Dip 192
93. Spicy Pumpkin & Cream Cheese Dip 194
94. Creamy Spinach-Tahini Dip 196
95. Apricot At Chile Dipping Sauce 198
96. Roasted Eggplant Dip 200
97. Radish Microgreen at Lime Dip 203
98. Mango-Ponzu Dipping Sauce 205
99. Talong Walnut Spread 207
100. Sassy Spinach Dip With Roasted Garlic 209

KONGKLUSYON **211**

PANIMULA

Maligayang pagdating sa «ANG PINAKAMAHUSAY GABAY SA CHIPS, MALUTONG NA MUMO, SARSA»! Sa cookbook na ito, nagsimula kami sa isang masarap na paglalakbay na nakatuon sa pagdiriwang ng sining ng meryenda. Nagho-host ka man ng isang party, nag-e-enjoy sa isang movie night, o naghahangad lang ng masarap na meryenda, nakuha ka ng aklat na ito. Maghanda upang akitin ang iyong panlasa sa isang hanay ng mga crispy chips, napakasarap na crisps, at katakam-takam na sawsaw na magpapalaki sa iyong karanasan sa pagmemeryenda sa bagong taas. Mula sa mga klasikong paborito hanggang sa mga makabago at natatanging kumbinasyon, ang cookbook na ito ay magbibigay-inspirasyon sa iyo na tuklasin ang walang katapusang mga posibilidad ng mga chips, crisps, at dips.

Sa buong mga pahina, makakahanap ka ng isang kayamanan ng maingat na na-curate na mga recipe na magbibigay-kasiyahan sa mga cravings ng bawat meryenda. Nagsama kami ng mga recipe para sa homemade potato chips, flavorful tortilla crisps, at kahit vegetable-based chips para sa health-conscious. Sumisid sa iba't ibang masasarap na sawsaw tulad ng creamy guacamole, zesty salsa, at indulgent cheese dips na perpektong umakma sa iyong malulutong na meryenda. Makakakita ka rin ng mga kapana-panabik na pagkakaiba-iba ng lasa, mga ideya sa pampalasa, at mga tip para sa pagkamit ng perpektong crunch. Humanda upang mapabilib ang iyong mga bisita at pasayahin ang iyong panlasa sa bawat kagat.

CHIPS

1.Classic Homemade Potato Chips

MGA INGREDIENTS:
- 4 malalaking patatas
- Langis ng gulay para sa pagprito
- Asin sa panlasa

MGA TAGUBILIN:
a) Hugasan at alisan ng balat ang mga patatas. Hiwain ang mga ito nang manipis gamit ang isang mandoline slicer o isang matalim na kutsilyo.
b) Ilagay ang mga hiwa ng patatas sa isang mangkok ng malamig na tubig at hayaang magbabad sa loob ng 30 minuto.
c) Alisan ng tubig ang mga patatas at patuyuin ang mga ito gamit ang isang malinis na tuwalya sa kusina.
d) Sa isang malalim na kawali o deep fryer, painitin ang langis ng gulay sa humigit-kumulang 350°F (175°C).
e) Iprito ang mga hiwa ng patatas sa maliliit na batch sa loob ng 2-3 minuto o hanggang maging golden brown at malutong.
f) Gumamit ng slotted na kutsara para ilipat ang mga chips sa isang paper towel-lineed plate para maubos ang labis na mantika.
g) Budburan ng asin ang mga chips habang sila ay mainit pa.
h) Hayaang lumamig nang bahagya ang chips bago ihain.

2. Prosciutto chips

MGA INGREDIENTS:
- 12 (1-onsa) na hiwa ng prosciutto
- Langis

MGA TAGUBILIN:

a) Painitin ang oven sa 350°F.

b) Iguhit ang isang baking sheet na may parchment paper at ilatag ang mga hiwa ng prosciutto sa isang layer. Maghurno ng 12 minuto o hanggang malutong ang prosciutto.

c) Hayaang lumamig nang lubusan bago kainin.

3. Beet chips

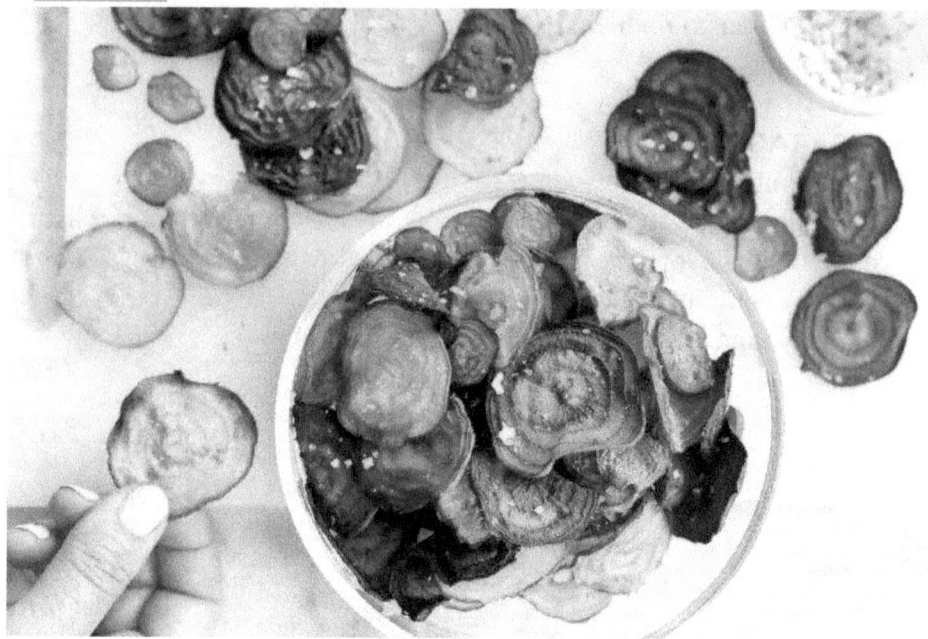

MGA INGREDIENTS:
- 10 medium red beets
- ½ tasang avocado oil
- 2 kutsarita ng asin sa dagat
- ½ kutsarita ng granulated na bawang

MGA TAGUBILIN:

a) Painitin ang oven sa 350°F. Lalagyan ng parchment paper ang ilang baking sheet at itabi.

b) Balatan ang mga beet gamit ang isang slicer ng gulay at putulin ang mga dulo. Maingat na hatiin ang mga beet sa mga bilog, mga 3 mm ang kapal, gamit ang isang mandoline slicer o isang matalim na kutsilyo.

c) Ilagay ang mga hiniwang beet sa isang malaking mangkok at magdagdag ng mantika, asin, at granulated na bawang. Ihagis upang takpan ang bawat hiwa. Magtabi ng 20 minuto, na nagpapahintulot sa asin na maglabas ng labis na kahalumigmigan.

d) Alisan ng tubig ang labis na likido at ayusin ang mga hiniwang beet sa isang layer sa mga inihandang baking sheet. Maghurno ng 45 minuto o hanggang malutong.

e) Alisin sa oven at hayaang lumamig. Mag-imbak sa isang lalagyan ng airtight hanggang handa nang kainin, hanggang 1 linggo.

4.Mga barley chips

MGA INGREDIENTS:
- 1 tasang All-purpose na harina
- ½ tasa ng harina ng barley
- ½ tasa Rolled barley (barley Flakes)
- 2 kutsarang Asukal
- ¼ kutsarita ng Asin
- 8 kutsarang mantikilya o Margarin, pinalambot
- ½ tasang Gatas

MGA TAGUBILIN:

a) Sa isang malaking mangkok o processor ng pagkain, haluin ang harina, barley, asukal, at asin.

b) Gupitin ang mantikilya hanggang ang timpla ay maging katulad ng isang magaspang na pagkain. Magdagdag ng sapat na gatas upang bumuo ng isang masa na magkakasama sa isang cohesive na bola.

c) Hatiin ang kuwarta sa 2 pantay na bahagi para sa rolling. Sa ibabaw ng harina o pastry na tela, igulong sa ⅛ hanggang ¼ pulgada. Gupitin sa 2-pulgadang bilog o mga parisukat at ilagay sa isang baking sheet na bahagyang may mantika o nilagyan ng parchment. Tusukin ang bawat cracker sa 2 o 3 lugar gamit ang tines ng isang tinidor.

d) Maghurno ng 20 hanggang 25 minuto, o hanggang katamtamang kayumanggi. Palamigin sa isang wire rack.

5. Pepperoni chips

MGA INGREDIENTS:
- 24 na hiwa na walang asukal na pepperoni
- Langis

MGA TAGUBILIN:

a) Painitin ang hurno sa 425°F.

b) Linya ang isang baking sheet na may parchment paper at ilatag ang mga hiwa ng pepperoni sa isang layer.

c) Maghurno ng 10 minuto at pagkatapos ay alisin sa oven at gumamit ng isang tuwalya ng papel upang maalis ang labis na mantika.

d) Ibalik sa oven ng 5 minuto o hanggang malutong ang pepperoni.

6. Inihurnong Sweet Potato Chips

MGA INGREDIENTS:
- 2 malalaking kamote
- 2 kutsarang langis ng oliba
- Asin at paminta para lumasa

MGA TAGUBILIN:
a) Painitin muna ang oven sa 375°F (190°C).
b) Hugasan at balatan ang kamote. Hiwain ang mga ito nang manipis gamit ang isang mandoline slicer o isang matalim na kutsilyo.
c) Sa isang malaking mangkok, ihagis ang mga hiwa ng kamote na may langis ng oliba, asin, at paminta hanggang sa pantay na pinahiran.
d) Ayusin ang mga hiwa sa isang layer sa isang baking sheet na nilagyan ng parchment paper.
e) Maghurno ng 15-20 minuto, baligtarin ang mga chips sa kalahati, hanggang sa malutong at bahagyang kayumanggi.
f) Alisin sa oven at hayaang lumamig ang chips bago ihain.

7. Kale Chips

MGA INGREDIENTS:
- 1 bungkos ng kale
- 1 kutsarang langis ng oliba
- Asin at anumang karagdagang pampalasa (hal., pulbos ng bawang, paprika) sa panlasa

MGA TAGUBILIN:
a) Painitin muna ang oven sa 325°F (160°C).
b) Hugasan at tuyo ang mga dahon ng kale nang maigi. Alisin ang mga tangkay at gupitin ang mga dahon sa kagat-laki ng mga piraso.
c) Sa isang mangkok, ihagis ang mga piraso ng kale na may langis ng oliba, asin, at anumang karagdagang pampalasa na gusto mo hanggang sa maayos na pinahiran.
d) Ayusin ang mga piraso ng kale sa isang layer sa isang baking sheet na nilagyan ng parchment paper.
e) Maghurno ng 10-15 minuto o hanggang malutong ang kale at medyo browned.
f) Hayaang lumamig ang kale chips bago ihain.

8. Zucchini Chips

MGA INGREDIENTS:
- 2 katamtamang zucchini
- 2 kutsarang langis ng oliba
- Asin at paminta para lumasa

MGA TAGUBILIN:

a) Painitin muna ang oven sa 425°F (220°C).

b) Hiwain ang zucchini sa manipis na mga bilog gamit ang isang mandoline slicer o isang matalim na kutsilyo.

c) Sa isang mangkok, ihagis ang mga hiwa ng zucchini na may langis ng oliba, asin, at paminta hanggang sa maayos na pinahiran.

d) Ayusin ang mga hiwa sa isang layer sa isang baking sheet na nilagyan ng parchment paper.

e) Maghurno ng 15-20 minuto, i-flip ang mga chips sa kalahati, hanggang sa malutong at ginintuang kayumanggi.

f) Hayaang lumamig nang bahagya ang zucchini chips bago ihain.

9. Mga Carrot Chips

MGA INGREDIENTS:
- 4 malalaking karot
- 2 kutsarang langis ng oliba
- Asin at anumang karagdagang pampalasa (hal., paprika, kumin) sa panlasa

MGA TAGUBILIN:
a) Painitin muna ang oven sa 375°F (190°C).
b) Hugasan at alisan ng balat ang mga karot. Hiwain ang mga ito nang manipis gamit ang isang mandoline slicer o isang matalim na kutsilyo.
c) Sa isang mangkok, ihagis ang mga hiwa ng karot na may langis ng oliba, asin, at anumang karagdagang pampalasa na gusto mo hanggang sa maayos na pinahiran.
d) Ayusin ang mga hiwa sa isang layer sa isang baking sheet na nilagyan ng parchment paper.
e) Maghurno ng 12-15 minuto o hanggang sa malutong at medyo browned ang carrot chips.
f) Hayaang lumamig ang chips bago ihain.

10.Parmesan Garlic Zucchini Chips

MGA INGREDIENTS:
- 2 katamtamang zucchini
- ¼ tasa gadgad na Parmesan cheese
- ½ kutsarita ng bawang pulbos
- ¼ kutsarita ng asin
- ¼ kutsarita ng itim na paminta

MGA TAGUBILIN:

a) Painitin muna ang oven sa 425°F (220°C).

b) Hiwain ang zucchini sa manipis na mga bilog gamit ang isang mandoline slicer o isang matalim na kutsilyo.

c) Sa isang mangkok, pagsamahin ang grated Parmesan cheese, garlic powder, asin, at black pepper.

d) Ihagis ang mga hiwa ng zucchini sa pinaghalong Parmesan hanggang sa maayos na pinahiran.

e) Ayusin ang mga hiwa sa isang layer sa isang baking sheet na nilagyan ng parchment paper.

f) Maghurno ng 12-15 minuto o hanggang ang zucchini chips ay malutong at golden brown.

g) Hayaang lumamig nang bahagya ang chips bago ihain.

11. Plantain Chips

MGA INGREDIENTS:
- 2 hinog na plantain
- Langis ng gulay para sa pagprito
- Asin sa panlasa

MGA TAGUBILIN:
a) Balatan ang mga plantain at hiwain ng manipis gamit ang isang mandoline slicer o isang matalim na kutsilyo.
b) Sa isang malalim na kawali o deep fryer, painitin ang langis ng gulay sa humigit-kumulang 350°F (175°C).
c) Iprito ang hiwa ng plantain sa maliliit na batch sa loob ng 3-4 minuto o hanggang maging golden brown at malutong.
d) Gumamit ng slotted na kutsara para ilipat ang mga chips sa isang paper towel-lineed plate para maubos ang labis na mantika.
e) Budburan ng asin ang mga chips habang sila ay mainit pa.
f) Hayaang lumamig nang bahagya ang plantain chips bago ihain.

12. Tortilla Chips

MGA INGREDIENTS:
- 10 tortilla ng mais
- Langis ng gulay para sa pagprito
- Asin sa panlasa

MGA TAGUBILIN:

Isalansan ang mga tortilla at gupitin ang mga ito sa mga tatsulok.
Sa isang malalim na kawali o deep fryer, painitin ang langis ng gulay sa humigit-kumulang 350°F (175°C).
Iprito ang mga tortilla triangle sa maliliit na batch sa loob ng 2-3 minuto o hanggang sa malutong at bahagyang ginintuang.
Gumamit ng slotted na kutsara para ilipat ang mga chips sa isang paper towel-lineed plate para maubos ang labis na mantika.
Budburan ng asin ang mga chips habang sila ay mainit pa.
Hayaang lumamig nang bahagya ang tortilla chips bago ihain.

13. Cinnamon Sugar Apple Chips

MGA INGREDIENTS:
- 2 malalaking mansanas
- 1 kutsarang lemon juice
- 1 kutsarang butil na asukal
- 1 kutsarita ng giniling na kanela

MGA TAGUBILIN:
Painitin muna ang oven sa 225°F (110°C).
Hugasan at ubusin ang mga mansanas. Hiwain ang mga ito nang manipis gamit ang isang mandoline slicer o isang matalim na kutsilyo.
Sa isang mangkok, ihagis ang mga hiwa ng mansanas na may lemon juice upang maiwasan ang browning.
Sa isang hiwalay na mangkok, pagsamahin ang granulated sugar at ground cinnamon.
Iwiwisik ang pinaghalong asukal sa kanela sa ibabaw ng mga hiwa ng mansanas, ihagis upang pantay-pantay.
Ayusin ang mga hiwa sa isang layer sa isang baking sheet na nilagyan ng parchment paper.
Maghurno ng 1.5 hanggang 2 oras, i-flip ang mga chips sa kalahati, hanggang sa sila ay malutong at bahagyang kulot.
Hayaang lumamig ang apple chips bago ihain.

14. Spicy Chili Lime Plantain Chips

MGA INGREDIENTS:
- 2 hinog na plantain
- 2 kutsarang katas ng kalamansi
- 1 kutsarita ng sili na pulbos
- ½ kutsarita ng asin
- Langis ng gulay para sa pagprito

MGA TAGUBILIN:

Balatan ang mga plantain at hiwain ng manipis gamit ang isang mandoline slicer o isang matalim na kutsilyo.

Sa isang mangkok, pagsamahin ang katas ng kalamansi, chili powder, at asin.

Ihagis ang mga hiwa ng plantain sa pinaghalong katas ng kalamansi hanggang mabalot ng mabuti.

Sa isang malalim na kawali o deep fryer, painitin ang langis ng gulay sa humigit-kumulang 350°F (175°C).

Iprito ang hiwa ng plantain sa maliliit na batch sa loob ng 3-4 minuto o hanggang maging golden brown at malutong.

Gumamit ng slotted na kutsara para ilipat ang mga chips sa isang paper towel-lineed plate para maubos ang labis na mantika.

Hayaang lumamig nang bahagya ang plantain chips bago ihain.

15. Rosemary Garlic Beet Chips

MGA INGREDIENTS:
- 2 malalaking beets
- 2 kutsarang langis ng oliba
- 1 kutsarita ng tuyo na rosemary
- ½ kutsarita ng bawang pulbos
- ½ kutsarita ng asin

MGA TAGUBILIN:

Painitin muna ang oven sa 375°F (190°C).

Hugasan at alisan ng balat ang mga beets. Hiwain ang mga ito nang manipis gamit ang isang mandoline slicer o isang matalim na kutsilyo.

Sa isang mangkok, pagsamahin ang langis ng oliba, pinatuyong rosemary, pulbos ng bawang, at asin.

Ihagis ang mga hiwa ng beet sa pinaghalong langis hanggang sa maayos na pinahiran.

Ayusin ang mga hiwa sa isang layer sa isang baking sheet na nilagyan ng parchment paper.

Maghurno ng 15-20 minuto, i-flip ang mga chips sa kalahati, hanggang sa malutong at bahagyang kulot.

Hayaang lumamig ang beet chips bago ihain.

16. Curry Spiced Sweet Potato Chips

MGA INGREDIENTS:
- 2 malalaking kamote
- 2 kutsarang langis ng oliba
- 1 kutsarita ng curry powder
- ½ kutsarita ng asin
- ¼ kutsarita ng giniling na turmerik
- ¼ kutsarita ng giniling na kumin

MGA TAGUBILIN:

Painitin muna ang oven sa 375°F (190°C).

Hugasan at balatan ang kamote. Hiwain ang mga ito nang manipis gamit ang isang mandoline slicer o isang matalim na kutsilyo.

Sa isang mangkok, ihagis ang mga hiwa ng kamote na may langis ng oliba, pulbos ng kari, asin, turmerik, at kumin hanggang sa maayos na pinahiran.

Ayusin ang mga hiwa sa isang layer sa isang baking sheet na nilagyan ng parchment paper.

Maghurno ng 15-20 minuto, baligtarin ang mga chips sa kalahati, hanggang sa malutong at bahagyang kayumanggi.

Alisin sa oven at hayaang lumamig ang chips bago ihain.

17. Herbed Goat Cheese Zucchini Chips

MGA INGREDIENTS:
- 2 katamtamang zucchini
- 2 kutsarang langis ng oliba
- Asin at paminta para lumasa
- 2 ounces kambing na keso, gumuho
- 1 kutsarang sariwang damo (tulad ng perehil, dill, o basil), tinadtad

MGA TAGUBILIN:
a) Painitin muna ang oven sa 425°F (220°C).
b) Hiwain ang zucchini sa manipis na mga bilog gamit ang isang mandoline slicer o isang matalim na kutsilyo.
c) Sa isang mangkok, ihagis ang mga hiwa ng zucchini na may langis ng oliba, asin, at paminta hanggang sa maayos na pinahiran.
d) Ayusin ang mga hiwa sa isang layer sa isang baking sheet na nilagyan ng parchment paper.
e) Iwiwisik ang durog na keso ng kambing at tinadtad na sariwang damo sa mga hiwa ng zucchini.
f) Maghurno ng 12-15 minuto o hanggang ang zucchini chips ay malutong at golden brown.
g) Hayaang lumamig nang bahagya ang chips bago ihain.

18.Mausok na Paprika Corn Chips

MGA INGREDIENTS:
- 4 na uhay ng mais
- 2 kutsarang langis ng oliba
- 1 kutsarita pinausukang paprika
- ½ kutsarita ng asin

MGA TAGUBILIN:

a) Painitin muna ang oven sa 375°F (190°C).
b) Isara ang mais at alisin ang mga butil gamit ang kutsilyo.
c) Sa isang mangkok, ihagis ang mga butil ng mais na may langis ng oliba, pinausukang paprika, at asin hanggang sa maayos na pinahiran.
d) Ikalat ang mga butil sa isang layer sa isang baking sheet na nilagyan ng parchment paper.
e) Maghurno para sa 15-20 minuto, pagpapakilos paminsan-minsan, hanggang sa ang corn chips ay crispy at bahagyang browned.
f) Hayaang lumamig ang chips bago ihain.

19.Bawang Parmesan Potato Chips

MGA INGREDIENTS:
- 4 malalaking patatas
- Langis ng gulay para sa pagprito
- 3 cloves ng bawang, tinadtad
- ¼ tasa gadgad na Parmesan cheese
- ½ kutsarita ng asin
- ¼ kutsarita ng itim na paminta
- 2 kutsarang sariwang perehil, tinadtad

MGA TAGUBILIN:
Hugasan at alisan ng balat ang mga patatas. Hiwain ang mga ito nang manipis gamit ang isang mandoline slicer o isang matalim na kutsilyo.
Ilagay ang mga hiwa ng patatas sa isang mangkok ng malamig na tubig at hayaang magbabad sa loob ng 30 minuto.
Alisan ng tubig ang mga patatas at patuyuin ang mga ito gamit ang isang malinis na tuwalya sa kusina.
Sa isang malalim na kawali o deep fryer, painitin ang langis ng gulay sa humigit-kumulang 350°F (175°C).
Iprito ang mga hiwa ng patatas sa maliliit na batch sa loob ng 2-3 minuto o hanggang maging golden brown at malutong.
Gumamit ng slotted na kutsara para ilipat ang mga chips sa isang paper towel-lineed plate para maubos ang labis na mantika.
Sa isang hiwalay na mangkok, pagsamahin ang tinadtad na bawang, gadgad na Parmesan cheese, asin, itim na paminta, at sariwang perehil.
Iwiwisik ang pinaghalong bawang Parmesan sa ibabaw ng mainit na potato chips at dahan-dahang ihagis upang mabalot.
Hayaang lumamig nang bahagya ang chips bago ihain.

20. Cumin Lime Tortilla Chips

MGA INGREDIENTS:
- 10 tortilla ng mais
- Langis ng gulay para sa pagprito
- 1 kutsarita ng ground cumin
- Sarap ng 1 kalamansi
- Asin sa panlasa

MGA TAGUBILIN:
a) Isalansan ang mga tortilla at gupitin ang mga ito sa mga tatsulok.
b) Sa isang malalim na kawali o deep fryer, painitin ang langis ng gulay sa humigit-kumulang 350°F (175°C).
c) Iprito ang mga tortilla triangle sa maliliit na batch sa loob ng 2-3 minuto o hanggang sa malutong at bahagyang ginintuang.
d) Gumamit ng slotted na kutsara para ilipat ang mga chips sa isang paper towel-lineed plate para maubos ang labis na mantika.
e) Sa isang mangkok, pagsamahin ang ground cumin, lime zest, at asin.
f) Iwiwisik ang pinaghalong cumin lime sa mainit na tortilla chips at dahan-dahang ihalo upang mabalot.
g) Hayaang lumamig nang bahagya ang chips bago ihain.

21. Sour Cream at Onion Kale Chips

MGA INGREDIENTS:
- 1 bungkos ng kale
- 2 kutsarang langis ng oliba
- 2 kutsarang kulay-gatas na pulbos
- 1 kutsarang sibuyas na pulbos
- ½ kutsarita ng asin

MGA TAGUBILIN:

a) Painitin muna ang oven sa 325°F (160°C).

b) Hugasan at tuyo ang mga dahon ng kale nang maigi. Alisin ang mga tangkay at gupitin ang mga dahon sa kagat-laki ng mga piraso.

c) Sa isang mangkok, ihagis ang mga piraso ng kale na may langis ng oliba hanggang sa mahusay na pinahiran.

d) Sa isang hiwalay na mangkok, pagsamahin ang sour cream powder, pulbos ng sibuyas, at asin.

e) Budburan ang pinaghalong kulay-gatas at sibuyas sa ibabaw ng mga piraso ng kale, ihahagis upang pantay-pantay.

f) Ayusin ang pinahiran na mga piraso ng kale sa isang layer sa isang baking sheet na nilagyan ng parchment paper.

g) Maghurno ng 12-15 minuto o hanggang ang kale chips ay malutong at bahagyang browned.

h) Hayaang lumamig ang chips bago ihain.

22. Herbed cheddar pita chips

MGA INGREDIENTS:
- Anim na (7-pulgadang pita) na bulsa, gupitin sa 1½-pulgadang piraso
- 1 kutsarita ng crumbled dried sage
- 1 kutsarita pinatuyong thyme; gumuho
- ½ kutsarita ng Asin
- ½ kutsarita ng Paminta
- 1½ tasa Grated sharp Cheddar; (mga 6 na onsa)

MGA TAGUBILIN:
a) Ayusin ang mga piraso ng pita nang magkadikit, magaspang na gilid, sa 2 malalaking baking sheet.
b) Sa isang maliit na mangkok, pagsamahin nang mabuti ang sage, thyme, asin, at paminta, iwiwisik ang timpla sa mga piraso ng pita, at ikalat ang Cheddar sa itaas.
c) Ihurno ang mga crisps sa isang preheated 375F. oven sa loob ng 12 hanggang 15 minuto, o hanggang sa sila ay ginintuang.

23.Oven-crisped wonton chips

MGA INGREDIENTS:
- ½ pack ng Won-Ton Wrappers
- Spray sa Pagluluto ng Gulay

MGA TAGUBILIN:
a) Painitin muna ang oven sa 350F.
b) Maglagay ng mga wrapper sa dalawang nonstick cookie sheet.
c) Pahiran ng vegetable cooking spray ang bawat wrapper.
d) Gupitin ang mga pambalot sa tatlong piraso.
e) Maghurno hanggang sa bahagyang browned ang mga chips.

24.Mga potato chip na nababalutan ng tsokolate

MGA INGREDIENTS:
- 7 ounces Can potato chips
- 2 kutsarang mantika sa pagluluto
- 2 (12 onsa) na pakete ng mga piraso ng gatas na tsokolate

MGA TAGUBILIN:
a) Ilagay ang tsokolate at mantika sa isang kaserol.
b) Microwave sa 50% power sa loob ng 4-7 minuto, hinahalo paminsan-minsan hanggang sa matunaw ang tsokolate at mahalo sa makinis na sarsa.
c) Isawsaw ang mga chips sa tsokolate, nang paisa-isa, na iniwang walang takip ang isang dulo.
d) Tapikin nang dahan-dahan upang alisin ang labis na tsokolate.
e) Ilagay sa wax paper. Ulitin. Palamigin ang mga chips hanggang sa maitakda ang tsokolate. Mag-imbak sa isang masikip na takip na lalagyan.

25. Ancho chile potato chips

MGA INGREDIENTS:
- 3 tasang peanut oil
- 4 na malalaking patatas, hiwa ng gaufrette
- ½ tasa ng ancho chile powder
- asin

MGA TAGUBILIN:
a) Init ang langis sa 375 degrees F.
b) Magprito ng patatas, sa mga batch at alisan ng tubig sa mga tuwalya ng papel.
c) Agad na ihagis ng ancho powder at asin.

26. Mga chips ng pipino

MGA INGREDIENTS:
- 24 na maliliit Pipino/ hiniwa; ¼ pulgada ang kapal
- ½ tasang Atsara ng asin
- 3 tasang Suka (5% acidity)
- 1 litrong Tubig
- 1 kutsarang Ground turmeric
- 1 quart Suka (5% acidity)
- 1 tasang Tubig
- 2 tasang Asukal
- 2 cinnamon sticks (3-pulgada)
- 1 kurot sariwang gingerroot (1-pulgada)
- 1 kutsarang buto ng mustasa
- 1 kutsarita Buong clove
- 2 tasa Brown sugar; mahigpit na nakaimpake

MGA TAGUBILIN:

a) Ilagay ang mga pipino sa isang malaking mangkok; budburan ng asin. Takpan at hayaang tumayo ng 3 oras. Patuyuin ng mabuti. Pagsamahin ang 3 tasang suka, 1-quart na tubig, at turmerik sa isang malaking Dutch oven; dalhin sa isang pigsa, at ibuhos ang mga pipino. Takpan at hayaang tumayo hanggang lumamig sa temperatura ng kuwarto.

b) Patuyuin at banlawan ang mga pipino.

c) Patuyuin muli. Pagsamahin ang 1-quart na suka, 1 tasa ng tubig, at 2 tasa ng asukal sa Dutch oven. Itali ang mga pampalasa sa isang cheesecloth na bag, at idagdag sa pinaghalong suka. Dalhin sa isang pigsa; bawasan ang init at kumulo, walang takip sa loob ng 15 minuto. Ibuhos ang timpla sa mga pipino. Hayaang tumayo ng hindi bababa sa 12 oras sa isang malamig na lugar.

d) Alisan ng tubig ang syrup mula sa mga pipino sa isang Dutch oven. Magdagdag ng brown sugar, at pakuluan. I-pack ang mga pipino sa mainit na isterilisadong garapon, na nag-iiwan ng ¼-inch na headspace. Ibuhos ang kumukulong syrup sa mga pipino, na nag-iiwan ng ¼-inch headspace.

e) Alisin ang mga bula ng hangin; punasan ang mga gilid ng garapon. Takpan nang sabay-sabay gamit ang mga metal na takip, at mga screw-on band.

f) Iproseso sa isang paliguan ng tubig na kumukulo sa loob ng 10 minuto.

27. Dill pickle chips

MGA INGREDIENTS:
- 2 pints Hiniwang dill pickles; hindi nasanay
- 1 malaking Itlog; pinalo ng mahina
- 1 kutsarang All-purpose flour
- ½ kutsarita ng mainit na sarsa
- 1½ tasang All-purpose na harina
- 2½ kutsarita ng giniling na pulang paminta
- 1 kutsarita Bawang pulbos
- ½ kutsarita ng Asin
- Mantika

MGA TAGUBILIN:

a) Alisan ng tubig ang mga atsara, magreserba ng ⅔ tasa ng atsara juice.

b) Pindutin ang mga atsara sa pagitan ng mga tuwalya ng papel upang alisin ang labis na kahalumigmigan.

c) Pagsamahin ang ⅔ tasa ng atsara juice, itlog, 1 kutsarang harina, at mainit na sarsa; haluing mabuti at itabi.

d) Pagsamahin ang 1-½ tasa ng harina at ang susunod na 3 sangkap; haluin mabuti. Isawsaw ang mga atsara sa pinaghalong itlog; dredge sa pinaghalong harina.

e) Ibuhos ang mantika sa lalim na 1-½ pulgada, kung gumagamit ng kawali. Magprito ng pinahiran na atsara sa mga batch, sa mainit na mantika (375F) sa loob ng 2 hanggang 3 minuto o hanggang sa ginintuang, lumiliko nang isang beses. Patuyuin sa mga tuwalya ng papel.

f) Ihain kaagad.

28.Pinatuyong peras chips

MGA INGREDIENTS:
- 2 peras
- 1 tasa Simple syrup

MGA TAGUBILIN:

a) Hugasan ang prutas at hiwain ito ng napakanipis sa isang electric meat slicker. Isawsaw ang mga hiwa sa simpleng syrup pagkatapos ay ilagay ang mga ito sa isang parchment-lined sheet pan.

b) Ilagay sa isang 200-degree na convection oven sa loob ng 40-60 minuto, hanggang sa matuyo.

c) Habang mainit pa, alisan ng balat ang mga hiwa sa papel. Palamig nang lubusan sa isang wire rack. Mag-imbak sa isang lalagyan ng airtight.

29. Mga tuyong chips ng pinya

MGA INGREDIENTS:
- 2 Pinya; binalatan, tinadtad, hiniwa ng manipis
- Asukal na iwiwisik

MGA TAGUBILIN:

a) Ilagay ang pinya sa isang baking sheet na nilagyan ng parchment paper.

b) Budburan ng asukal at tuyo sa isang 250-degree na hurno sa loob ng mga 90 minuto. Malamig.

c) Ilipat sa lalagyan ng airtight.

30.Mga chips ng talong

MGA INGREDIENTS:
- Ang talong ay pinutol nang crosswise sa ¼ pulgadang hiwa o mga parihaba na kasinglaki ng daliri
- Mainit na mantika

MGA TAGUBILIN:
a) Gupitin ang talong nang crosswise sa ¼ pulgadang hiwa o mga parihaba sa laki ng daliri.
b) Ihulog kaagad sa mainit na mantika (375*) sa isang frying thermometer) Iprito hanggang sa ginintuang. Patuyuin sa sumisipsip na papel. Timplahan ayon sa panlasa.
c) Ihain bilang pampagana o bilang isang gulay.

31. Ovenbaked purple potato chips

MGA INGREDIENTS:
- 2 kutsarang langis ng oliba
- 1 kutsarita Coarse salt
- ¼ kutsarita ng Asukal
- ⅛ kutsarita ng Cayenne pepper
- Katas ng ½ kalamansi
- 3 malalaking Lilang patatas; hiniwang napakanipis

MGA TAGUBILIN:
a) Painitin ang hurno sa 400 degrees.
b) Paghaluin ang mantika, asin, asukal, cayenne pepper, at katas ng dayap sa isang malaking mangkok. Idagdag sa patatas at ihalo sa amerikana.
c) Ayusin ang mga patatas sa isang solong layer sa mga baking sheet. Maghurno hanggang magsimulang mag-brown ang mga patatas sa ibaba, mga 15 minuto. Baliktarin ang patatas at maghurno hanggang sa malutong at kayumanggi, mga 20 minuto.
d) Budburan ng karagdagang asin kung kinakailangan.

32.Spiced yuca chips

MGA INGREDIENTS:
- 2½ libra Sariwang yuca; gupitin sa 4-inch na mga seksyon
- Langis ng gulay para sa malalim na pagprito
- 1 kutsarang Chili powder
- ¾ kutsarita ng Asin
- Isang kurot ng cayenne

MGA TAGUBILIN:

a) Sa pamamagitan ng kutsilyo, gumawa ng isang ⅛-pulgada na malalim na hiwa sa haba ng bawat seksyon ng yuca at sa tulong ng kutsilyo, alisin ang kayumanggi at puting mga layer.

b) Sa isang food processor na nilagyan ng 1-mm. paghiwa ng disk hiwain ang yuca nang crosswise.

c) Sa isang takure init 1-½ pulgada ng mantika sa 375F. sa isang deep-fat thermometer.

d) Paghiwalayin ang mga hiwa ng yuca, ihulog ang mga ito, 1 sa isang pagkakataon, sa mantika at iprito ang mga ito sa mga batch, paikutin ang mga ito, sa loob ng 1 hanggang 2 minuto, o hanggang sa sila ay maputlang ginintuang, ilipat ang mga ito habang pinirito sa mga tuwalya ng papel upang maubos.

e) Sa isang maliit na mangkok paghaluin ang chili powder, ang asin, at ang cayenne at sa isang malaking mangkok ihagis ang mga chips na may pinaghalong pampalasa.

CRISPS

33. Klasikong Salt at Vinegar Crisps

MGA INGREDIENTS:
- 4 malalaking patatas
- 1 kutsarita ng asin
- 2 kutsarang puting suka

MGA TAGUBILIN:

a) Painitin muna ang oven sa 375°F (190°C).
b) Hugasan at alisan ng balat ang mga patatas.
c) Hatiin nang manipis ang mga patatas gamit ang isang mandoline slicer o isang matalim na kutsilyo.
d) Sa isang malaking mangkok, paghaluin ang mga hiwa ng patatas na may asin at suka, siguraduhin na ang lahat ng mga hiwa ay pinahiran.
e) Ilagay ang mga hiwa ng patatas sa isang baking sheet na nilagyan ng parchment paper.
f) Maghurno ng 15-20 minuto o hanggang sa malutong at golden brown.
g) Alisin sa oven at hayaang lumamig bago ihain.

34. Cheddar mexi-melt crisps

MGA INGREDIENTS:
- 1 tasang ginutay-gutay na matalim na Cheddar cheese
- ⅛ kutsarita ng butil na bawang
- ⅛ kutsarita ng sili na pulbos
- ⅛ kutsarita ng giniling na kumin
- 1/16 kutsarita ng cayenne pepper
- 1 kutsarang pinong tinadtad na cilantro
- 1 kutsarita ng langis ng oliba

MGA TAGUBILIN:

a) Painitin ang oven sa 350°F. Maghanda ng cookie sheet na may parchment paper o isang Silpat mat.

b) Paghaluin ang lahat ng sangkap sa isang medium na mangkok hanggang sa mahusay na pinagsama.

c) I-drop sa pamamagitan ng kutsarang laki sa inihandang cookie sheet.

d) Magluto ng 5-7 minuto hanggang sa magsimulang maging kayumanggi ang mga gilid.

e) Hayaang lumamig ng 2–3 minuto bago alisin sa cookie sheet gamit ang spatula.

35. Ang malutong na anghel

MGA INGREDIENTS:
- ½ tasang Asukal
- ½ tasa ng brown sugar
- 1 tasa Shortening
- 1 Itlog
- 1 kutsarita ng Vanilla
- 1 kutsarita Cream ng tartar
- 2 tasang harina
- ½ kutsarita ng Asin
- 1 kutsarita ng baking soda

MGA TAGUBILIN:

a)   Cream sugar, brown sugar, at shortening. Magdagdag ng vanilla at itlog. Haluin hanggang malambot.

b)   Idagdag ang mga tuyong sangkap; timpla.

c)   Pagulungin ang mga kutsarita sa mga bola. Isawsaw sa tubig at pagkatapos ay sa granulated sugar. Ilagay sa isang cookie sheet, asukal sa gilid, pagkatapos ay patagin gamit ang isang baso.

d)   Maghurno sa 350 degrees sa loob ng 10 minuto.

36.Satay ng balat ng manok

MGA INGREDIENTS:
- Balat mula sa 3 malalaking hita ng manok
- 2 kutsarang chunky peanut butter na walang idinagdag na asukal
- 1 kutsarang unsweetened coconut cream
- 1 kutsarita ng langis ng niyog
- 1 kutsarita na may binhi at tinadtad na jalapeño pepper
- ¼ clove na bawang, tinadtad
- 1 kutsarita ng niyog aminos

MGA TAGUBILIN:

a) Painitin ang oven sa 350°F. Sa isang cookie sheet na nilagyan ng parchment paper, ilatag ang mga balat nang patag hangga't maaari.

b) Maghurno ng 12–15 minuto hanggang ang mga balat ay maging matingkad na kayumanggi at malutong, mag-ingat na huwag masunog ang mga ito.

c) Alisin ang mga balat mula sa cookie sheet at ilagay sa isang tuwalya ng papel upang palamig.

d) Sa isang maliit na food processor, magdagdag ng peanut butter, coconut cream, coconut oil, jalapeño, bawang, at coconut aminos. Haluin hanggang maghalo nang mabuti, mga 30 segundo.

e) Gupitin ang bawat malutong na balat ng manok sa 2 piraso.

f) Maglagay ng 1 kutsarang peanut sauce sa bawat malutong na manok at ihain kaagad. Kung ang sarsa ay masyadong runny, palamigin ng 2 oras bago gamitin.

37. Balat ng manok Crisps with avocado

MGA INGREDIENTS:
- Balat mula sa 3 malalaking hita ng manok
- ¼ medium na avocado na binalatan at nilagyan ng pitted
- 3 kutsarang full-fat sour cream
- ½ katamtamang jalapeño na paminta, pinuna at pinong tinadtad
- ½ kutsarita ng asin sa dagat

MGA TAGUBILIN:

a) Painitin ang oven sa 350°F. Sa isang cookie sheet na may linya na may parchment paper ilatag ang mga balat nang patag hangga't maaari.

b) Maghurno ng 12–15 minuto hanggang ang mga balat ay maging matingkad na kayumanggi at malutong, mag-ingat na huwag masunog ang mga ito.

c) Alisin ang mga balat mula sa cookie sheet at ilagay sa isang tuwalya ng papel upang palamig.

d) Sa isang maliit na mangkok, pagsamahin ang avocado, sour cream, jalapeño, at asin.

e) Haluin gamit ang isang tinidor hanggang sa maihalo.

f) Gupitin ang bawat malutong na balat ng manok sa 2 piraso.

g) Maglagay ng 1 kutsara ng avocado mix sa bawat malutong na manok at ihain kaagad.

38. Mga crisps ng gulay na Parmesan

MGA INGREDIENTS:
- ¾ tasa tinadtad na zucchini
- ¼ tasa ng ginutay-gutay na karot
- 2 tasang sariwang ginutay-gutay na Parmesan cheese
- 1 kutsarang langis ng oliba
- ¼ kutsarita ng itim na paminta

MGA TAGUBILIN:

a) Painitin muna ang oven sa 375°F. Maghanda ng cookie sheet na may parchment paper o isang Silpat mat.

b) I-wrap ang mga ginutay-gutay na gulay sa isang tuwalya ng papel at pigain ang labis na kahalumigmigan.

c) Paghaluin ang lahat ng sangkap sa isang daluyan na mangkok hanggang sa lubusang pinagsama.

d) Maglagay ng mga tambak na kasing laki ng kutsara sa inihandang cookie sheet.

e) Maghurno ng 7-10 minuto hanggang sa bahagyang browned.

f) Hayaang lumamig ng 2-3 minuto at alisin sa cookie sheet.

39. Pumpkin pie coconut crisps

MGA INGREDIENTS:
- 2 kutsarang langis ng niyog
- ½ kutsarita vanilla extract
- ½ kutsarita pumpkin pie spice
- 1 kutsarang granulated erythritol
- 2 tasang walang tamis na coconut flakes
- ⅛ kutsarita ng asin

MGA TAGUBILIN:
a)   Painitin ang oven sa 350°F.
b)   Ilagay ang coconut oil sa medium microwave-safe bowl at microwave hanggang matunaw, mga 20 segundo.
c)   Magdagdag ng vanilla extract, pumpkin pie spice, at granulated erythritol sa langis ng niyog at pukawin hanggang sa pinagsama.
d)   Ilagay ang coconut flakes sa isang medium na mangkok, ibuhos ang pinaghalong langis ng niyog sa ibabaw ng mga ito, at ihagis sa coat. Ikalat sa isang solong layer sa isang cookie sheet at budburan ng asin.
e)   Maghurno ng 5 minuto o hanggang malutong ang niyog.

40.Pinutong ng balat ng manok si alfredo

MGA INGREDIENTS:
- Balat mula sa 3 malalaking hita ng manok
- 2 kutsarang ricotta cheese
- 2 kutsarang cream cheese
- 1 kutsarang gadgad na Parmesan cheese
- ¼ clove na bawang, tinadtad
- ¼ kutsarita ng giniling na puting paminta

MGA TAGUBILIN:

a) Painitin ang oven sa 350°F. Sa isang cookie sheet na nilagyan ng parchment paper, ilatag ang mga balat nang patag hangga't maaari.

b) Maghurno ng 12–15 minuto hanggang ang mga balat ay maging matingkad na kayumanggi at malutong, mag-ingat na huwag masunog ang mga ito.

c) Alisin ang mga balat mula sa cookie sheet at ilagay sa isang tuwalya ng papel upang palamig.

d) Sa isang maliit na mangkok, magdagdag ng keso, bawang, at paminta. Haluin gamit ang isang tinidor hanggang sa maihalo.

e) Gupitin ang bawat malutong na balat ng manok sa 2 piraso.

f) Maglagay ng 1 kutsarang cheese mix sa bawat malutong na manok at ihain kaagad.

41. Pumpkin pie Mga lutong ng niyog

MGA INGREDIENTS:
- 2 kutsarang langis ng niyog
- ½ kutsarita vanilla extract
- ½ kutsarita pumpkin pie spice
- 1 kutsarang granulated erythritol
- 2 tasang walang tamis na coconut flakes
- ⅛ kutsarita ng asin

MGA TAGUBILIN:

a) Painitin ang oven sa 350°F.

b) Ilagay ang coconut oil sa medium microwave-safe bowl at microwave hanggang matunaw, mga 20 segundo. Magdagdag ng vanilla extract, pumpkin pie spice, at granulated erythritol sa langis ng niyog at pukawin hanggang sa pinagsama.

c) Ilagay ang coconut flakes sa isang medium na mangkok, ibuhos ang pinaghalong langis ng niyog sa ibabaw ng mga ito, at ihagis sa coat. Ikalat sa isang solong layer sa isang cookie sheet at budburan ng asin.

d) Maghurno ng 5 minuto o hanggang malutong ang niyog.

42. Coconut butterscotch crisps

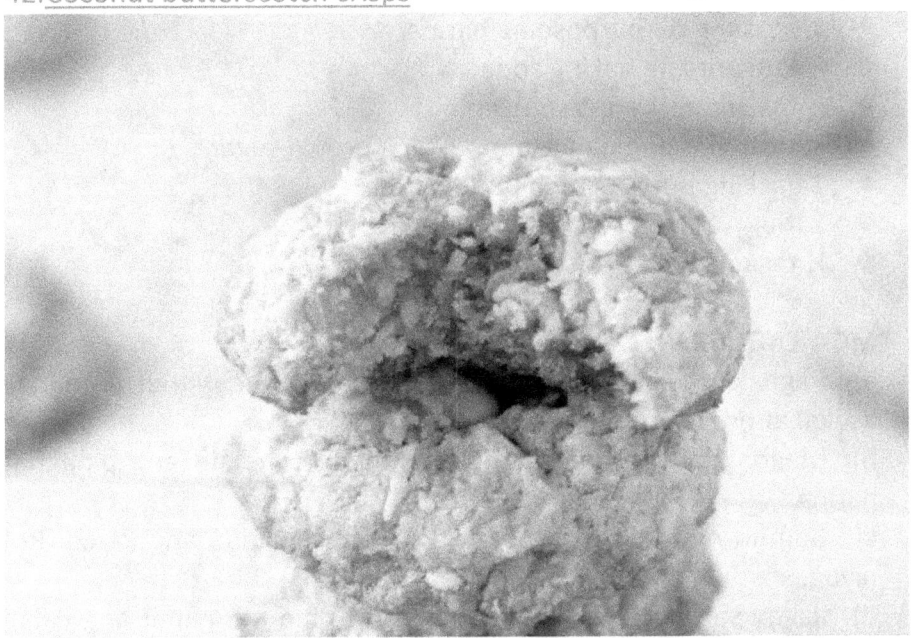

MGA INGREDIENTS:
- 1½ tasang All-purpose na harina
- ½ kutsarita ng baking soda
- ½ tasa mantikilya o shortening
- ½ tasa Matatag na nakaimpake na brown sugar
- 1 pack ng Butterscotch pudding mix
- 1 Itlog
- ½ tasa ng flaked coconut

MGA TAGUBILIN:

a) Paghaluin ang harina na may baking soda. Cream butter at ihalo sa asukal at puding mix.

b) Magdagdag ng itlog at haluing mabuti. haluin ang pinaghalong harina.

c) Bumuo ng maliliit na bola na halos 1 pulgada ang lapad. Roll sa niyog.

d) Ilagay sa ungreased baking sheet at pindutin gamit ang ilalim ng baso na nilublob sa harina.

e) Maghurno sa 350 degrees F sa loob ng 10 minuto.

f) Alisin mula sa mga sheet at palamig sa mga rack.

43. Mausok na keso crisps

MGA INGREDIENTS:
- 2 tasang gadgad na cheddar
- 1 tasang gadgad na parmesan
- Isang dakot na rainbow microgreens
- ½ kutsarita ng pinausukang paprika

MGA TAGUBILIN:
a) Paghaluin ang mga keso sa paprika hanggang sa mahusay na pinaghalo.
b) I-scoop ang ¼-cup na halaga sa mga waffle iron plate at lutuin ng 5 minuto o hanggang maging ginintuang at malutong.
c) Kunin ang mga crisps mula sa oven at i-drape ang mga ito sa likod ng isang kahoy na kutsara sa loob ng 10 segundo; titibay sila habang kumukulot.
d) Ulitin sa natitirang halo.
e) Ihain kasama ng microgreens.

44. Parmesan zucchini crisps

MGA INGREDIENTS:
- 1 zucchini, hiniwa
- ½ tasang gadgad na parmesan cheese

MGA TAGUBILIN:
a) Painitin muna ang air fryer sa 370°F.
b) Layer zucchini rounds sa air fryer sa isang solong layer.
c) Magdagdag ng isang layer ng parmesan cheese sa mga bilog ng zucchini.
d) Air fryer sa loob ng 10 minuto.
e) Ihain kasama ng paborito mong dipping sauce.

45. Maanghang na Paprika Crisps

MGA INGREDIENTS:
- 4 malalaking patatas
- 2 kutsarang langis ng oliba
- 1 kutsarita ng paprika
- ½ kutsarita ng cayenne pepper (adjust ayon sa spice preference)
- ½ kutsarita ng asin

MGA TAGUBILIN:

a) Painitin muna ang oven sa 375°F (190°C).

b) Hugasan at alisan ng balat ang mga patatas.

c) Hatiin nang manipis ang mga patatas gamit ang isang mandoline slicer o isang matalim na kutsilyo.

d) Sa isang mangkok, pagsamahin ang olive oil, paprika, cayenne pepper, at asin.

e) Ihagis ang mga hiwa ng patatas sa pinaghalong pampalasa hanggang mabalot ng mabuti.

f) Ayusin ang mga hiwa ng patatas sa isang baking sheet na nilagyan ng parchment paper.

g) Maghurno ng 15-20 minuto o hanggang malutong at bahagyang browned.

h) Hayaang lumamig ang mga crisps bago ihain.

46. Rosemary Parmesan Crisps

MGA INGREDIENTS:
- 4 malalaking patatas
- 2 kutsarang langis ng oliba
- 2 kutsarang gadgad na Parmesan cheese
- 1 kutsarang sariwang rosemary, tinadtad
- ½ kutsarita ng asin
- ¼ kutsarita ng itim na paminta

MGA TAGUBILIN:

Painitin muna ang oven sa 375°F (190°C).
Hugasan at alisan ng balat ang mga patatas.
Hatiin nang manipis ang mga patatas gamit ang isang mandoline slicer o isang matalim na kutsilyo.
Sa isang mangkok, pagsamahin ang langis ng oliba, keso ng Parmesan, rosemary, asin, at itim na paminta.
Ihagis ang mga hiwa ng patatas sa pinaghalong hanggang mabalot ng mabuti.
Ilagay ang mga hiwa ng patatas sa isang baking sheet na nilagyan ng parchment paper.
Maghurno ng 15-20 minuto o hanggang sa malutong at golden brown.
Hayaang lumamig ang mga crisps bago ihain.

47. BBQ Sweet Potato Crisps

MGA INGREDIENTS:
- 2 katamtamang kamote
- 2 kutsarang langis ng oliba
- 1 kutsarang BBQ seasoning
- ½ kutsarita ng asin

MGA TAGUBILIN:

Painitin muna ang oven sa 375°F (190°C).
Hugasan at balatan ang kamote.
Hatiin nang manipis ang kamote gamit ang isang mandoline slicer o isang matalim na kutsilyo.
Sa isang mangkok, pagsamahin ang olive oil, BBQ seasoning, at asin.
Ihagis ang mga hiwa ng kamote sa pinaghalong hanggang mabalot ng mabuti.
Ayusin ang mga hiwa ng kamote sa isang baking sheet na nilagyan ng parchment paper.
Maghurno ng 15-20 minuto o hanggang sa malutong at bahagyang caramelized.
Hayaang lumamig ang mga crisps bago ihain.

48. Mga Crisps ng Bawang at Herb Zucchini

MGA INGREDIENTS:
- 2 katamtamang zucchini
- 2 kutsarang langis ng oliba
- 2 cloves ng bawang, tinadtad
- 1 kutsarita ng tuyo na basil
- ½ kutsarita ng pinatuyong oregano
- ½ kutsarita ng asin
- ¼ kutsarita ng itim na paminta

MGA TAGUBILIN:

Painitin muna ang oven sa 375°F (190°C).

Hugasan at hiwain nang manipis ang zucchini gamit ang isang mandoline slicer o isang matalim na kutsilyo.

Sa isang mangkok, pagsamahin ang langis ng oliba, tinadtad na bawang, pinatuyong basil, pinatuyong oregano, asin, at itim na paminta.

Ihagis ang mga hiwa ng zucchini sa pinaghalong hanggang sa maayos na pinahiran.

Ayusin ang mga hiwa ng zucchini sa isang baking sheet na nilagyan ng parchment paper.

Maghurno ng 12-15 minuto o hanggang maging golden brown at malutong ang mga gilid.

Hayaang lumamig ang mga crisps bago ihain.

49. Parmesan Herb Beet Crisps

MGA INGREDIENTS:
- 2 medium beets
- 2 kutsarang langis ng oliba
- 2 kutsarang gadgad na Parmesan cheese
- ½ kutsarita ng tuyo na thyme
- ½ kutsarita ng asin
- ¼ kutsarita ng itim na paminta

MGA TAGUBILIN:
Painitin muna ang oven sa 375°F (190°C).
Hugasan at alisan ng balat ang mga beets.
Hatiin nang manipis ang mga beet gamit ang isang mandoline slicer o isang matalim na kutsilyo.
Sa isang mangkok, pagsamahin ang langis ng oliba, keso ng Parmesan, pinatuyong thyme, asin, at itim na paminta.
Ihagis ang mga hiwa ng beet sa pinaghalong hanggang maayos na pinahiran.
Ilagay ang mga hiwa ng beet sa isang baking sheet na nilagyan ng parchment paper.
Maghurno ng 15-20 minuto o hanggang sa malutong at bahagyang caramelized.
Hayaang lumamig ang mga crisps bago ihain.

50. Maanghang na Taco Tortilla Crisps

MGA INGREDIENTS:
- 4 malalaking harina tortillas
- 2 kutsarang langis ng oliba
- 1 kutsarang taco seasoning
- ½ kutsarita ng sili na pulbos
- ¼ kutsarita ng cayenne pepper (adjust ayon sa spice preference)
- ½ kutsarita ng asin

MGA TAGUBILIN:

Painitin muna ang oven sa 375°F (190°C).
Isalansan ang mga tortilla sa ibabaw ng bawat isa at gupitin ang mga ito sa mga wedge.
Sa isang mangkok, pagsamahin ang olive oil, taco seasoning, chili powder, cayenne pepper, at asin.
Ihagis ang mga tortilla wedges sa pinaghalong pampalasa hanggang sa mahusay na pinahiran.
Ayusin ang tortilla wedges sa isang baking sheet na nilagyan ng parchment paper.
Maghurno ng 10-12 minuto o hanggang sa malutong at golden brown.
Hayaang lumamig ang mga crisps bago ihain.

51. Honey Mustard Pretzel Crisps

MGA INGREDIENTS:
- 4 tasang pretzel sticks
- 3 kutsarang tinunaw na mantikilya
- 2 kutsarang pulot
- 2 kutsarang Dijon mustard
- ½ kutsarita ng bawang pulbos
- ½ kutsarita pulbos ng sibuyas
- ¼ kutsarita ng asin

MGA TAGUBILIN:
Painitin muna ang oven sa 325°F (160°C).
Sa isang malaking mangkok, pagsamahin ang tinunaw na mantikilya, pulot, Dijon mustard, pulbos ng bawang, pulbos ng sibuyas, at asin.
Idagdag ang pretzel sticks sa mangkok at ihagis hanggang sa pantay-pantay ang mga ito.
Ikalat ang mga pretzel stick sa isang layer sa isang baking sheet na may linya na may parchment paper.
Maghurno ng 15-20 minuto, haluin nang isang beses sa kalahati, hanggang ang mga pretzel ay malutong at ginintuang.
Hayaang lumamig nang lubusan ang mga crisps bago ihain.

52. Lemon Pepper Pita Crisps

MGA INGREDIENTS:
- 4 na bilog na tinapay na pita
- 2 kutsarang langis ng oliba
- Sarap ng 1 lemon
- 1 kutsarita ng itim na paminta
- ½ kutsarita ng asin

MGA TAGUBILIN:

a) Painitin muna ang oven sa 375°F (190°C).
b) Gupitin ang mga bilog na tinapay na pita sa maliliit na tatsulok o nais na mga hugis.
c) Sa isang maliit na mangkok, pagsamahin ang langis ng oliba, lemon zest, itim na paminta, at asin.
d) I-brush ang magkabilang gilid ng mga tatsulok na pita gamit ang pinaghalong langis ng oliba.
e) Ayusin ang mga tatsulok na pita sa isang baking sheet na nilagyan ng parchment paper.
f) Maghurno ng 10-12 minuto o hanggang sa malutong at bahagyang ginintuang.
g) Hayaang lumamig ang mga crisps bago ihain.

53. Maple Cinnamon Butternut Squash Crisps

MGA INGREDIENTS:
- 1 maliit na butternut squash
- 2 kutsarang tinunaw na mantikilya
- 2 kutsarang maple syrup
- 1 kutsarita ng giniling na kanela
- ½ kutsarita ng asin

MGA TAGUBILIN:
a) Painitin muna ang oven sa 375°F (190°C).
b) Balatan ang butternut squash at alisin ang mga buto. Hiwain ito ng manipis gamit ang isang mandoline slicer o isang matalim na kutsilyo.
c) Sa isang mangkok, pagsamahin ang tinunaw na mantikilya, maple syrup, ground cinnamon, at asin.
d) Ihagis ang mga hiwa ng butternut squash sa pinaghalong hanggang mabalot ng mabuti.
e) Ilagay ang mga hiwa ng butternut squash sa isang baking sheet na nilagyan ng parchment paper.
f) Maghurno ng 20-25 minuto o hanggang malutong at mag-caramelize.
g) Hayaang lumamig nang lubusan ang butternut squash crisps bago ihain.

54. Sesame Ginger Rice Paper Crisps

MGA INGREDIENTS:
- 10 rice paper sheet
- 2 kutsarang sesame oil
- 1 kutsarang toyo
- 1 kutsarang suka ng bigas
- 1 kutsarita gadgad na luya
- ½ kutsarita ng asin
- Sesame seeds para sa dekorasyon

MGA TAGUBILIN:
a) Painitin muna ang oven sa 375°F (190°C).
b) Gupitin ang mga rice paper sheet sa mga tatsulok o nais na mga hugis.
c) Sa isang mangkok, pagsamahin ang sesame oil, toyo, suka ng bigas, gadgad na luya, at asin.
d) Banayad na i-brush ang magkabilang gilid ng rice paper triangles gamit ang oil mixture.
e) Ayusin ang rice paper triangles sa isang baking sheet na nilagyan ng parchment paper.
f) Budburan ng sesame seeds sa ibabaw para sa dekorasyon.
g) Maghurno ng 8-10 minuto o hanggang ang mga crisps ay malutong at bahagyang ginintuang.
h) Hayaang lumamig ang mga crisps bago ihain.

55. Chocolate Dipped Banana Crisps

MGA INGREDIENTS:
- 2 hinog na saging
- 4 ounces maitim na tsokolate, tinadtad
- Sari-saring toppings (hal., tinadtad na mani, ginutay-gutay na niyog, sprinkles)

MGA TAGUBILIN:
a) Iguhit ang isang baking sheet na may parchment paper.
b) Balatan ang mga saging at hiwain ng manipis na bilog.
c) Ilagay ang mga hiwa ng saging sa inihandang baking sheet.
d) Sa isang mangkok na ligtas sa microwave, tunawin ang maitim na tsokolate sa loob ng 30 segundong pagitan, haluin sa pagitan, hanggang sa makinis at ganap na matunaw.
e) Isawsaw ang bawat hiwa ng saging sa kalahati sa tinunaw na tsokolate, na hayaang tumulo ang anumang labis.
f) Ilagay muli ang sinawsaw na hiwa ng saging sa baking sheet na nilagyan ng parchment.
g) Iwiwisik ang ninanais na mga toppings sa ibabaw ng chocolate-dipped na bahagi ng mga hiwa ng saging.
h) Ilagay ang baking sheet sa refrigerator sa loob ng 20-30 minuto o hanggang sa tumigas ang tsokolate.
i) Kapag naitakda na ang tsokolate, alisin ang mga crisps ng saging sa refrigerator.
j) Ihain at magsaya!

56. Bacon mustard crisps

MGA INGREDIENTS:
- 7 hiwa Lean bacon
- ½ tasang Tubig
- ¼ tasa Dijon-style mustard
- 2 tasang all-purpose na harina
- ½ kutsarita ng Asin
- 1 kutsarang Baking powder
- 1 kutsarita sariwang giniling na puting paminta
- 6 na kutsara ng malamig na mantikilya; gupitin sa 6 na piraso

MGA TAGUBILIN:

a) Magluto ng bacon sa isang malaking kawali hanggang sa malutong. Ilagay sa mga tuwalya ng papel upang maubos at magreserba ng 2 kutsara ng bacon drippings. Pinong tumaga ng bacon.

b) Sa isang food processor na nilagyan ng metal blade, pagsamahin ang tubig, mustasa, at 2 kutsarang bacon drippings. Iproseso hanggang ma-blend lang.

c) Sa isang food processor na nilagyan ng metal blade, pagsamahin ang harina, asin, baking powder, at puting paminta. Ang proseso upang pagsamahin. Magdagdag ng mantikilya; pulso hanggang ang timpla ay kahawig ng isang magaspang na pagkain. Magdagdag ng mustard mixture at pulso hanggang sa mahalo lang. Magdagdag ng bacon at pulso ng isa o dalawang beses, sapat lamang upang ihalo sa bacon.

d) Ilagay ang pinaghalong sa isang lightly floured work surface. Gamit ang floured rolling pin, igulong ang kuwarta sa ⅛-pulgada na kapal. Isawsaw ang 2-inch round cutter sa harina at pindutin sa kuwarta. Ilagay ang mga round sa 2 ungreased baking sheets. Magtipon ng mga scrap at i-roll out at ipagpatuloy ang pagputol ng maraming round hangga't maaari.

e) Maghurno sa preheated oven para sa 10-12 minuto, o hanggang sa ginintuang. Ilipat sa mga cooling rack.

57. Benne seed crisps

MGA INGREDIENTS:
- 1 tasang Yellow cornmeal
- 2 kutsarang Mantikilya; natunaw
- ½ tasa All-purpose na harina; sinala
- ⅓ tasa ng Cream
- linga
- ½ kutsarita ng Asin
- ¼ kutsarita ng baking soda

MGA TAGUBILIN:

a) Painitin ang oven sa 350 degrees.
b) Salain ang cornmeal kasama ang harina, asin, at baking soda sa isang mangkok.
c) Paghaluin ang mantikilya at cream.
d) Masahin ang kuwarta hanggang sa magkadikit (6 hanggang 8 beses) sa isang tabla na may harina.
e) I-roll ang kuwarta sa pamamagitan ng isang kutsarita sa floured board.
f) Budburan ng sesame seeds.
g) Pagulungin sa napakanipis na 4" na mga bilog na diyametro, na iniiwan ang mga gilid na gulanit.
h) Maghurno sa isang ungreased cookie sheet hanggang sa ginintuang (mga 15 minuto).
i) Budburan ng asin habang mainit pa.
j) Mag-imbak sa isang masikip na takip na lalagyan. Sumama sa mga cocktail at seafood soups.

58.Caraway cheese crisps

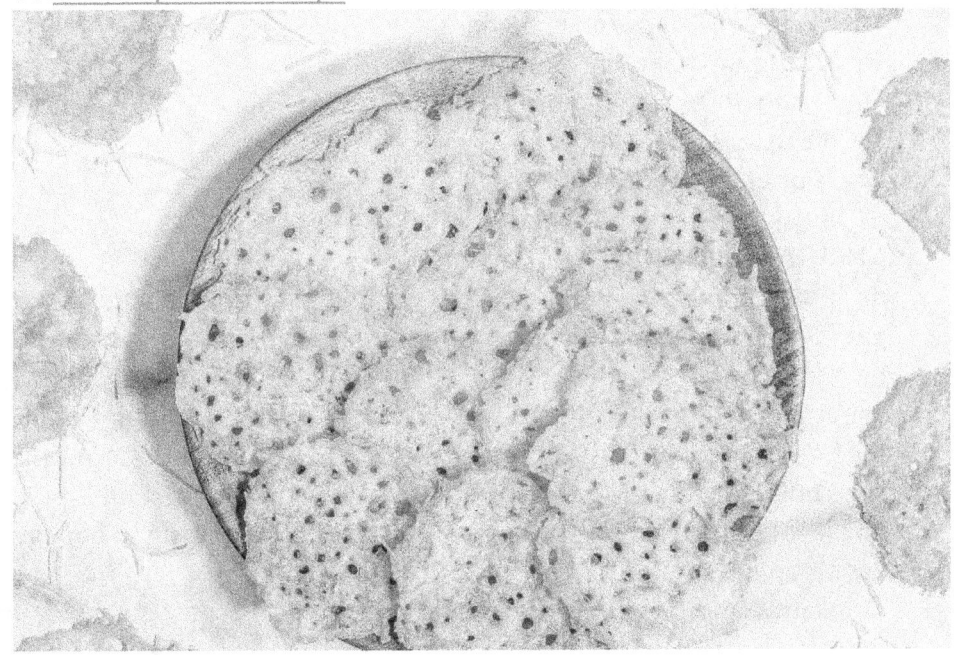

MGA INGREDIENTS:
- 1½ tasang All-purpose na harina
- ½ tasa ng mantikilya, pinalambot
- ½ kutsarita ng mga buto ng Caraway
- ¼ kutsarita ng Asin
- ¾ pounds Cheddar cheese, ginutay-gutay

MGA TAGUBILIN:

a) Painitin muna ang oven sa 425of. Sa isang malaking mangkok, gamit ang kamay, masahin ang lahat ng sangkap hanggang sa maghalo.

b) Hugis ang kuwarta sa ½-pulgadang bola. Sa isang unreased cookie sheet, ilagay ang tatlong bola ng kuwarta sa isang kumpol. Gamit ang mga daliri, patagin ang kumpol sa ¼-inch na kapal. Ulitin sa natitirang mga bola, paglalagay ng mga kumpol na humigit-kumulang 2 pulgada ang layo. Maghurno ng 10 hanggang 12 minuto hanggang sa bahagyang kayumanggi.

c) Gamit ang pancake turner, alisin ang mga crisps ng keso sa mga wire rack; malamig.

d) Mag-imbak ng mga crisps ng keso sa mga lalagyan na natatakpan nang mahigpit upang maubos sa loob ng 3 araw.

59.Oatmeal sesame crisps

MGA INGREDIENTS:
- ½ tasang mantikilya
- 1 tasang brown sugar, nakaimpake
- 1 kutsarita ng vanilla
- 1½ tasang rolled oats
- ½ tasang sesame seeds
- ½ kutsarita ng baking powder

MGA TAGUBILIN:

a) Sa isang kasirola sa katamtamang init, matunaw ang mantikilya.
b) Haluin ang asukal at banilya at lutuin hanggang sa bubbly.
c) Alisin mula sa init at ihalo ang natitirang mga sangkap. Haluing mabuti.
d) Ibuhos sa greased 12x8 inch pan at maghurno sa 350F oven sa loob ng 7-10 minuto o hanggang golden brown.
e) Kapag lumamig, gupitin sa mga piraso ng nais na laki.

60. Pine nut crisps

MGA INGREDIENTS:
- 1 tasang Granulated sugar
- ½ tasang harina
- 6 puti ng itlog
- 1 kutsarita ng Vanilla
- ⅛ kutsarita Orange extract
- 2 kutsarang Mantikilya, natunaw
- ¾ tasa ng Pine nuts
- May pulbos na asukal

MGA TAGUBILIN:

a) Pagsamahin ang butil na asukal, harina, at hindi pinalo na puti ng itlog. Haluin upang timpla.

b) Magdagdag ng vanilla, orange extract, at mantikilya.

c) Tiklupin ang mga pine nuts.

d) I-drop sa pamamagitan ng mga kutsara sa bahagyang mantikilya na mga baking sheet.

e) Ikalat ang batter sa 3" na bilog.

f) Maghurno ng 3 o 4 sa isang pagkakataon sa isang malaking baking sheet.

g) Maghurno sa 350'F. 8-10 minuto o hanggang kayumanggi.

h) Alisin sa wire rack para lumamig. Budburan ng powdered sugar ayon sa panlasa.

61.Mga crisps ng balat ng patatas

MGA INGREDIENTS:
- Peels mula sa inihurnong; hilaw, o pinakuluang patatas
- Walang asin na mantikilya
- Asin at paminta

MGA TAGUBILIN:

a) Ireserba ang mga balat mula sa inihurnong, hilaw, o pinakuluang patatas at gupitin ang mga ito sa 3 by-1-inch na piraso.

b) Ayusin ang mga piraso sa isang layer sa isang buttered baking dish, lagyan ng unsalted butter, gamit ang 1 kutsara para sa bawat tasa ng peels, at budburan ang mga ito ng asin at paminta.

c) Ihurno ang mga balat sa isang preheated very hot oven (450 degrees) sa loob ng 5 hanggang 25 minuto, ayon sa uri ng alisan ng balat, o hanggang sa maging malutong na.

d) Ilipat ang mga balat sa isang basket, budburan ng asin at paminta kung gusto, at magsilbing hors d'oeuvre.

62. Potsticker crisps

MGA INGREDIENTS:
- 12 bilog na balat ng potsticker

MGA TAGUBILIN:

a) Isa-isang isawsaw ang mga balat ng potsticker sa tubig; iwaksi ang labis.

b) Ilagay sa isang layer sa isang greased 12x15" baking sheet.

c) Maghurno sa isang 450'F. oven hanggang browned at malutong, 4-8 minuto, depende sa kapal. Palamig sa mga rack.

d) Kung gagawin nang maaga, i-package ang airtight at iimbak sa temperatura ng kuwarto nang hanggang 2 araw.

63. Mga yeast crisps

MGA INGREDIENTS:
- 1 pack na Yeast
- ⅓ tasa ng maligamgam na tubig
- 1 tasa ng margarin, pinalambot
- ⅛ kutsarita ng Asin
- 2 tasang harina
- 1 tasang Asukal

MGA TAGUBILIN:

a) Paghaluin ang lebadura, maligamgam na tubig, margarin, asin, at harina.

b) Palamigin ng 1 oras. Bumuo ng mga bolang may diameter na 1 pulgada at igulong ang mga ito sa asukal. Ilagay ang mga ito sa isang mababaw na kawali at palamigin ng 30 minuto.

c) Pagulungin ang bawat bola na kasingnipis ng papel, pagkatapos ay gupitin ito sa kalahating crosswise.

d) Hayaang magpahinga ng 30 segundo at maghurno sa 350 F oven hanggang sa ginintuang kayumanggi.

64. Brie crisps

MGA INGREDIENTS:
- 4 na onsa ng Brie; sa temperatura ng silid
- ½ tasa ng mantikilya; sa temperatura ng silid
- ⅔ tasa ng harina
- 2 gitling ng Cayenne pepper; sa panlasa
- ⅛ kutsarita ng Asin
- Paprika

MGA TAGUBILIN:

a) Pagsamahin ang mantikilya at keso sa food processor at ihalo hanggang mag-atas.

b) Idagdag ang mga natitirang sangkap at timpla hanggang ang masa ay halos maging bola sa food processor.

c) Hugis sa isang roll na 2 pulgadang bilog at balutin ng mahigpit sa plastic wrap.

d) Palamigin sa magdamag. Hiwain ang mga roll sa ¼ pulgadang mga piraso - ilagay nang 2 pulgada ang pagitan sa isang cookie sheet at maghurno sa 400 degrees sa loob ng 10-12 minuto o hanggang maging kayumanggi ang mga gilid.

e) Cool sa rack.

f) Budburan ng paprika at ihain kaagad.

DIPS

65. Buffalo Chicken Dip

MGA INGREDIENTS:
- 2 tasang hinimay na nilutong manok
- 8 ounces ng cream cheese, pinalambot
- ½ tasang mainit na sarsa
- ½ tasa ng ranch dressing
- 1 tasang ginutay-gutay na cheddar cheese
- ¼ tasa asul na keso na gumuho (opsyonal)
- Tortilla chips o celery sticks, para sa paghahatid

MGA TAGUBILIN:
a) Painitin ang oven sa 350°F.
b) Sa isang malaking mixing bowl, pagsamahin ang ginutay-gutay na manok, cream cheese, hot sauce, at ranch dressing. Haluin hanggang sa maayos na pinagsama.
c) Ikalat ang timpla sa isang 9-inch na baking dish at budburan ng ginutay-gutay na cheddar cheese at blue cheese crumbles (kung ginagamit).
d) Maghurno ng 20-25 minuto, o hanggang sa mainit at may bula.
e) Ihain nang mainit kasama ng tortilla chips o celery sticks.

66. Alkalina Baba Ganoush

MGA INGREDIENTS:
- 1 Malaking aubergine
- Isang dakot ng perehil
- 1-2 cloves ng bawang
- Juice ng 2 lemon
- 2 kutsara ng tahini
- Salt at black pepper sa panlasa

MGA TAGUBILIN:
a) Painitin muna ang grill sa medium-high at lutuin nang buo ang aubergine nang humigit-kumulang kalahating oras.
b) Gupitin ito at simutin ang loob gamit ang isang kutsara, pagkatapos ay ilagay ang laman sa isang salaan.
c) Haluin hanggang makinis.

67. Courgette at Chickpea Hummus

MGA INGREDIENTS:
- 1 lata ng chickpeas, pinatuyo at binanlawan
- 1 sibuyas ng bawang, tinadtad
- 1 berdeng courgette, tinadtad
- Isang dakot na tinadtad na perehil
- Isang dakot na tinadtad na basil
- Himalayan o Sea Salt
- Bagong giniling na itim na paminta
- 4 na kutsarang langis ng oliba
- Isang piga ng sariwang lemon juice

MGA TAGUBILIN:
a) Haluin lahat.

68. Lemony Chickpea at Tahini Hummus

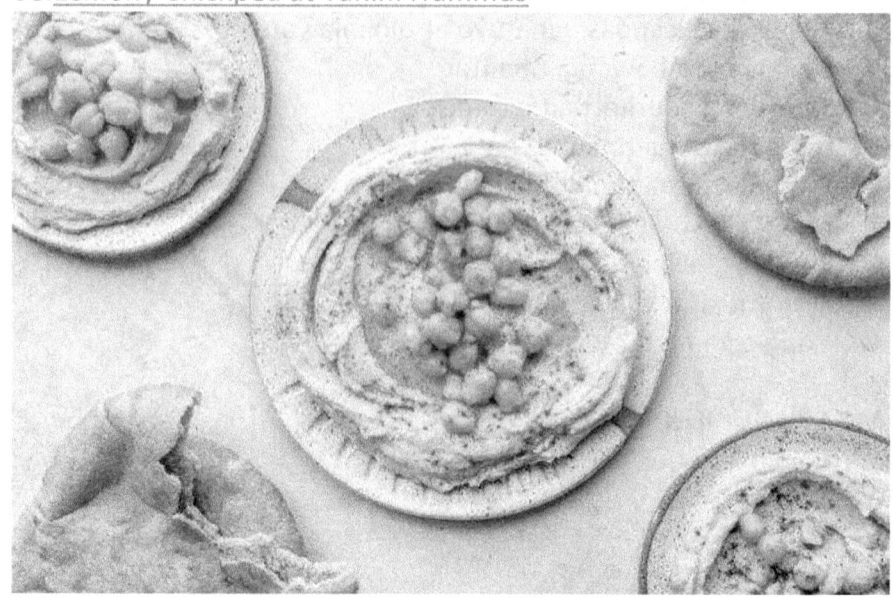

MGA INGREDIENTS:
- Lemon juice mula sa ½ lemon
- 1 lata na pinatuyong chickpeas, ibinabad
- 1 clove ng bawang
- 1 kutsarang tahini
- 1 kutsarang langis ng oliba

MGA TAGUBILIN:
a) Haluin ang lahat hanggang sa makinis.

69. Garlicky Chickpea Hummus

MGA INGREDIENTS:
- 2 cloves ng bawang
- 1 lata ng chick peas
- 1 kutsara ng Tahini
- Lemon juice mula sa 1 Lemon
- 1 kutsarang langis ng oliba

MGA TAGUBILIN:
a) Sa isang mangkok ng paghahalo, ihalo ang lahat ng mga sangkap.

70. Spicy Pumpkin at Cream Cheese Dip

MGA INGREDIENTS:
- 8 ounces ng Cream Cheese
- 15 ounces ng unsweetened canned pumpkin
- 1 kutsarita ng kanela
- ¼ kutsarita ng allspice
- ¼ kutsarita ng nutmeg
- 10 pecans, dinurog

MGA TAGUBILIN:

a) Pagsamahin ang Cream Cheese at de-latang kalabasa sa isang panghalo hanggang sa mag-atas.

b) Haluin ang cinnamon, allspice, nutmeg, at pecans hanggang sa lubusang pagsamahin.

c) Bago ihain, palamigin ng isang oras sa refrigerator.

71.Cream Cheese at Honey Dip

MGA INGREDIENTS:
- 2 onsa ng Cream Cheese
- 2 kutsarang pulot
- ¼ tasa na piniga ng orange juice
- ½ kutsarita ng giniling na kanela

MGA TAGUBILIN:
a) Haluin ang lahat hanggang sa makinis.

72.Garlicky Alkaline Guacamole

MGA INGREDIENTS:
- 2 abukado, pitted
- 1 kamatis, may binhi at pinong tinadtad
- ½ kutsarang sariwang katas ng kalamansi
- ½ maliit na dilaw na sibuyas, pinong tinadtad
- 2 sibuyas ng bawang, pinindot
- ¼ kutsarita ng asin sa dagat
- Dash ng paminta
- Tinadtad na sariwang dahon ng cilantro

MGA TAGUBILIN:

a) Gamit ang potato masher, i-mash ang mga avocado sa isang maliit na mangkok.

b) Ihain kaagad pagkatapos ihalo ang mga karagdagang sangkap sa minasa na mga avocado.

73. Alkaline Jalapeño Salsa

MGA INGREDIENTS:
- 4 medium na kamatis, binalatan at hiniwa
- ¼ tasa tinadtad na pulang sibuyas
- Jalapeño pepper, may binhi at pinong tinadtad
- 1 kutsarang cold-pressed olive oil
- 1 kutsarita ng asin sa dagat
- 1 kutsarita ng kumin
- 1 kutsaritang tinadtad na bawang
- Sariwang perehil

MGA TAGUBILIN:
a) Haluin ang lahat ng sangkap.

74. Bavarian party dip/spread

MGA INGREDIENTS:
- ½ tasang sibuyas, tinadtad
- 1 libra Braunschweiger
- 3 ounces Cream cheese
- ¼ kutsarita Itim na paminta

MGA TAGUBILIN:

a) Igisa ang mga sibuyas 8-10 minuto, madalas na pagpapakilos; alisin sa init at alisan ng tubig.

b) Alisin ang pambalot mula sa Braunschweiger at ihalo ang karne sa cream cheese hanggang makinis. Paghaluin ang sibuyas at paminta.

c) Ihain bilang liver spread sa crackers, manipis na hiniwang party rye, o magsilbi bilang sawsaw na sinamahan ng iba't ibang sariwang hilaw na gulay tulad ng carrots, celery, broccoli, radishes, cauliflower, o cherry tomatoes.

75. Baked artichoke party dip

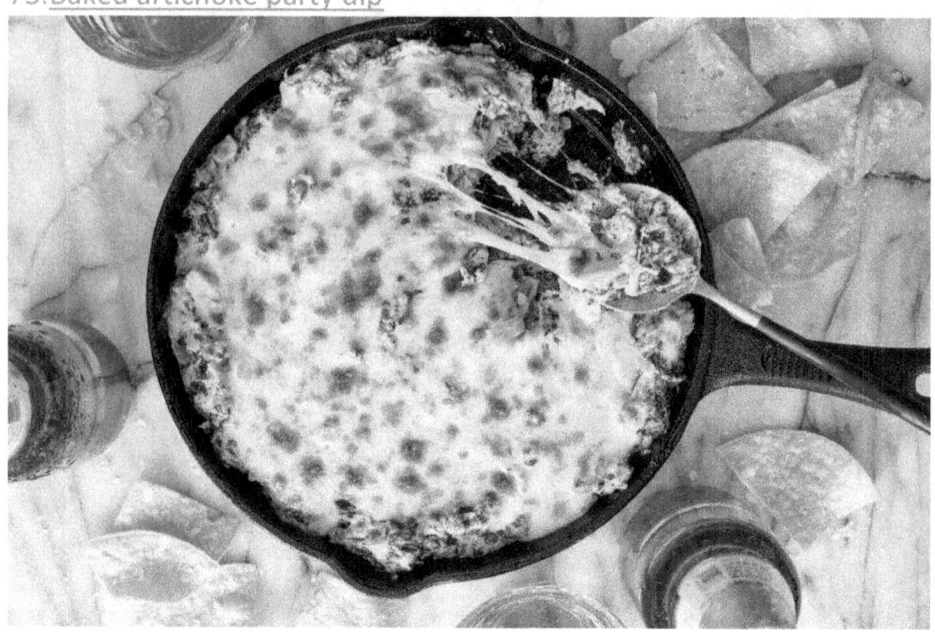

MGA INGREDIENTS:
- 1 loaf malaking dark rye bread
- 2 kutsarang Mantikilya
- 1 bungkos ng berdeng sibuyas; tinadtad
- 6 cloves ng sariwang bawang; tinadtad ng pino, hanggang 8
- 8 ounces Cream cheese; sa room temp.
- 16 ounces kulay-gatas
- 12 ounces Hinimay na cheddar cheese
- 14-onsa na lata ng artichoke na puso; pinatuyo at pinutol sa quarters

MGA TAGUBILIN:
a) Gumupit ng butas sa tuktok ng tinapay na may diameter na mga 5 pulgada. Alisin ang malambot na tinapay mula sa hiwa na bahagi at itapon.
b) Magreserba ng crust upang gawin ang tuktok para sa isang tinapay.
c) Kunin ang karamihan sa malambot na bahagi ng tinapay at itabi para sa iba pang mga layunin, tulad ng pagpupuno o pinatuyong mga mumo ng tinapay. Sa mantikilya,
d) Igisa ang berdeng sibuyas at bawang hanggang matuyo ang mga sibuyas. Gupitin ang cream cheese sa maliliit na piraso, at idagdag ang mga sibuyas, bawang, sour cream, at cheddar cheese. Haluing mabuti. Tiklupin ang mga puso ng artichoke, Ilabas ang lahat ng pinaghalong ito sa may guwang na tinapay. Ilagay sa ibabaw sa tinapay at balutin ng heavy-duty aluminum foil. Maghurno sa 350-degree na oven sa loob ng 1½ oras.
e) Kapag handa na, alisin ang foil at ihain, gamit ang cocktail rye bread upang isawsaw ang sarsa.

76. Brick Cheese Dip

MGA INGREDIENTS:
- 3 ounces ricotta cheese
- 3 onsa na bagong gadgad na brick cheese
- 3 kutsarang sariwang dahon ng thyme
- 6 na onsa ng keso ng kambing
- 1-onsa na matigas na keso ng parmesan, bagong gadgad
- 4 na piraso ng makapal na hiwa ng bacon, niluto at gumuho
- Asin at paminta para lumasa

MGA TAGUBILIN:
a) Ihanda ang oven para sa pag-ihaw.
b) Pagsamahin ang lahat ng mga sangkap sa isang baking dish.
c) Budburan ang Parmesan cheese sa ibabaw ng ulam.
d) Maghurno sa isang preheated oven sa loob ng 5 minuto, o hanggang ang keso ay magsimulang maging kayumanggi at bula.
e) Alisin sa oven at ihain kaagad.

77. Blue Cheese at Gouda Cheese Dip

MGA INGREDIENTS:
- 2 kutsarang unsalted butter
- 1 tasang matamis na sibuyas, diced
- 2 tasang cream cheese, sa temperatura ng kuwarto
- ⅛ kutsarita ng asin
- ⅛ kutsarita puting paminta
- ⅓ tasa ng Montucky Cold Snacks
- 1 ½ tasang tinadtad na pekeng manok
- ½ tasang honey mustard, at higit pa para sa pag-ambon
- 2 kutsarang ranch dressing
- 1 tasang ginutay-gutay na cheddar cheese
- 2 tasang Gouda cheese, ginutay-gutay
- 2 kutsarang blue cheese dressing
- ⅓ cup crumbled blue cheese, at higit pa para sa topping
- ¾ cup honey BBQ sauce, at higit pa para sa pag-ambon

MGA TAGUBILIN:

a) Sa isang malaking kawali, matunaw ang mantikilya sa mababang init.
b) Haluin ang hiniwang sibuyas at timplahan ng asin at paminta.
c) Magluto ng 5 minuto, o hanggang bahagyang lumambot.
d) Lutuin, madalas na pagpapakilos, hanggang sa mag-caramelize ang mga sibuyas, mga 25 hanggang 30 minuto.
e) Painitin muna ang oven sa 375° F.
f) Pahiran ng nonstick cooking spray ang isang 9-inch na baking dish.
g) Pagsamahin ang cream cheese, lahat ng keso, BBQ sauce, honey mustard, ranch dressing, at asul na keso sa isang malaking mixing bowl.
h) Idagdag ang caramelized na sibuyas at pekeng manok.
i) Ilagay ang batter sa isang baking dish.
j) Palamutihan ng natitirang keso.
k) Ihurno ang sawsaw sa loob ng 20-25 minuto, o hanggang sa ginintuang.
l) Ihain kaagad.

78. Pub Cheese Dip

MGA INGREDIENTS:
- 3 kutsarang coarsely tinadtad, adobo jalapeno peppers
- 1 tasang hard cider
- ⅛ kutsarita ng giniling na pulang paminta
- 2 tasang ginutay-gutay ng sobrang matalim, dilaw na cheddar cheese
- 2 tasang ginutay-gutay na Colby Cheese
- 2 kutsarang gawgaw
- 1 kutsarang Dijon mustard
- 60 crackers

MGA TAGUBILIN:
a) Sa isang medium mixing bowl, pagsamahin ang cheddar cheese, Colby cheese, at cornstarch. Itabi.
b) Sa isang katamtamang kasirola, pagsamahin ang cider at mustasa.
c) Lutuin hanggang kumulo sa medium-high heat.
d) Dahan-dahang ihalo ang pinaghalong keso, paunti-unti, hanggang makinis.
e) Patayin ang init.
f) Haluin ang jalapeno at pulang paminta.
g) Ilagay ang pinaghalong sa isang 1-quart na slow cooker o fondue pot.
h) Panatilihing mainit sa mababang init.
i) Ihain kasama ng crackers.

79.Spicy Corn Dip

MGA INGREDIENTS:
- 1 kutsarang extra-virgin olive oil
- ½ libra na maanghang na Italian sausage
- 1 katamtamang pulang sibuyas, diced
- 1 malaking pulang kampanilya paminta, diced
- 1 tasa ng kulay-gatas
- 4 na onsa ng cream cheese, sa temperatura ng kuwarto
- 4 tasa ng frozen na mais, lasaw
- ½ tasa tinadtad na berdeng sibuyas
- 1 malaking jalapeño, diced
- 4 na sibuyas ng bawang, tinadtad
- 1 kutsarang tinadtad na cilantro
- 2 kutsarita ng Creole seasoning
- 1 kutsarita ng ground black pepper
- 1 tasang ginutay-gutay na matalim na cheddar cheese, hinati
- 1 tasang ginutay-gutay na Colby Jack cheese, hinati
- Langis ng gulay, para sa pagpapadulas

MGA TAGUBILIN:
a) Painitin muna ang oven sa 350 degrees F.

b) Sa isang malaking kawali sa katamtamang init, init ang mantika. Idagdag ang Italian sausage, at lutuin hanggang sa ito ay maging brown. Ihagis ang mga sibuyas at kampanilya. Lutuin hanggang lumambot.

c) Idagdag ang sour cream at cream cheese. Haluin hanggang maghalo, pagkatapos ay idagdag ang mais, berdeng sibuyas, jalapeño, bawang, at cilantro. Patuloy na pukawin ang mga sangkap hanggang sa maayos na maisama ang lahat. Budburan ang Creole seasoning, black pepper, ½ tasa ng cheddar, at ½ tasa ng Colby Jack cheese. Haluing mabuti.

d) Bahagyang lagyan ng mantika ang isang baking dish, pagkatapos ay idagdag sa pinaghalong mais. Itaas ang natitirang keso at maghurno, walang takip, sa loob ng 20 minuto. Palamig nang bahagya bago ihain.

80. Low-Carb pan pizza dip

MGA INGREDIENTS:
- 6 na onsa ng Cream Cheese na naka-microwave
- ¼ tasa ng Sour Cream
- ½ tasang Mozzarella Cheese, ginutay-gutay
- Asin at paminta para lumasa
- ¼ tasa ng Mayonesa
- ½ tasang Mozzarella Cheese, ginutay-gutay
- ½ tasang Low-Carb Tomato Sauce
- ¼ tasa ng Parmesan Cheese

MGA TAGUBILIN:
a) Painitin muna ang oven sa 350 degrees Fahrenheit.
b) Paghaluin ang cream cheese, sour cream, mayonesa, mozzarella, asin at paminta.
c) Ibuhos sa mga ramekin at ikalat ang Tomato Sauce sa bawat ramekin pati na rin ang mozzarella cheese at parmesan cheese.
d) Itaas ang iyong pan pizza dips gamit ang iyong mga paboritong toppings.
e) Maghurno ng 20 minuto.
f) Ihain kasama ng ilang masarap na breadstick o balat ng baboy!

81.Crab rangoon dip

MGA INGREDIENTS:
- 1 (8-onsa) na pakete ng cream cheese, pinalambot
- 2 kutsarang mayonesa ng langis ng oliba
- 1 kutsarang sariwang kinatas na lemon juice
- ½ kutsarita ng asin sa dagat
- ¼ kutsarita ng itim na paminta
- 2 cloves ng bawang, tinadtad
- 2 medium green na sibuyas, diced
- ½ tasang ginutay-gutay na Parmesan cheese
- 4 na onsa (mga ½ tasa) ng de-latang karne ng puting alimango

MGA TAGUBILIN:

a) Painitin ang oven sa 350°F.

b) Sa isang daluyan ng mangkok, paghaluin ang cream cheese, mayonesa, lemon juice, asin, at paminta gamit ang isang hand blender hanggang sa maayos na maisama.

c) Magdagdag ng bawang, sibuyas, Parmesan cheese, at crabmeat at tiklupin sa pinaghalong may spatula.

d) Ilipat ang pinaghalong sa isang oven-safe crock at ikalat ito nang pantay-pantay.

e) Maghurno sa loob ng 30-35 minuto hanggang sa bahagyang browned ang tuktok ng sawsaw. Ihain nang mainit.

82. Goat Cheese Guacamole

MGA INGREDIENTS:
- 2 abukado
- 3 onsa ng keso ng kambing
- zest mula sa 2 limes
- lemon juice mula sa 2 limes
- ¾ kutsarita ng pulbos ng bawang
- ¾ kutsarita ng sibuyas na pulbos
- ½ kutsarita ng asin
- ¼ kutsarita red pepper flakes (opsyonal)
- ¼ kutsarita ng paminta

MGA TAGUBILIN:

a) Magdagdag ng mga avocado sa isang food processor at timpla hanggang makinis.

b) Idagdag ang natitirang mga sangkap at haluin hanggang sa maisama.

c) Ihain kasama ng mga chips.

83. Ranch dip

MGA INGREDIENTS:
- 1 tasa ng mayonesa
- ½ tasa plain Greek yogurt
- 1½ kutsarita ng pinatuyong chives
- 1½ kutsarita ng tuyo na perehil
- 1½ kutsarita ng tuyo na dill
- ¾ kutsarita ng butil na bawang
- ¾ kutsarita ng butil na sibuyas
- ½ kutsarita ng asin
- ¼ kutsarita ng itim na paminta

MGA TAGUBILIN:
a) Pagsamahin ang lahat ng sangkap sa isang maliit na mangkok.
b) Hayaang umupo sa refrigerator ng 30 minuto bago ihain.

84. Maanghang na hipon at keso sawsaw

MGA INGREDIENTS:
- 2 hiwa ng bacon na walang idinagdag na asukal
- 2 katamtamang dilaw na sibuyas, binalatan at hiniwa
- 2 cloves ng bawang, tinadtad
- 1 tasang popcorn shrimp (hindi yung breaded kind), niluto
- 1 katamtamang kamatis, diced
- 3 tasang ginutay-gutay na Monterey jack cheese
- ¼ kutsarita ng Red-hot sauce ni Frank
- ¼ kutsarita ng cayenne pepper
- ¼ kutsarita ng itim na paminta

MGA TAGUBILIN:
a) Lutuin ang bacon sa katamtamang kawali sa katamtamang init hanggang sa malutong, mga 5-10 minuto. Panatilihin ang mantika sa kawali. Ilagay ang bacon sa isang tuwalya ng papel upang palamig. Kapag lumamig, durugin ang bacon gamit ang iyong mga daliri.

b) Idagdag ang sibuyas at bawang sa bacon drippings sa kawali at igisa sa medium-low heat hanggang malambot at mabango, mga 10 minuto.

c) Pagsamahin ang lahat ng mga sangkap sa isang mabagal na kusinilya; haluin mabuti. Lutuin sa mababang setting sa loob ng 1–2 oras o hanggang sa ganap na matunaw ang keso.

85. Bawang at bacon dip

MGA INGREDIENTS:
- 8 hiwa ng bacon na walang idinagdag na asukal
- 2 tasang tinadtad na spinach
- 1 (8-onsa) na pakete ng cream cheese, pinalambot
- ¼ tasa ng full-fat sour cream
- ¼ tasa plain full-fat Greek yogurt
- 2 kutsarang tinadtad na sariwang perehil
- 1 kutsarang lemon juice
- 6 cloves inihaw na bawang, minasa
- 1 kutsarita ng asin
- ½ kutsarita ng itim na paminta
- ½ tasang gadgad na Parmesan cheese

MGA TAGUBILIN:
a) Painitin ang oven sa 350°F.
b) Magluto ng bacon sa katamtamang kawali sa katamtamang init hanggang malutong. Alisin ang bacon mula sa kawali at itabi sa isang plato na nilagyan ng mga tuwalya ng papel.
c) Magdagdag ng spinach sa mainit na kawali at lutuin hanggang matuyo. Alisin sa init at itabi.
d) Sa isang medium na mangkok, magdagdag ng cream cheese, sour cream, yogurt, parsley, lemon juice, bawang, asin, at paminta at talunin gamit ang isang hand-held mixer hanggang sa pinagsama.
e) Hugasan ang bacon at ihalo sa cream cheese mixture. Haluin ang spinach at Parmesan cheese.
f) Ilipat sa isang 8" × 8" na baking pan at maghurno ng 30 minuto o hanggang mainit at mabula.

86. Creamy Goat Cheese Pesto Dip

MGA INGREDIENTS:
- 2 tasang naka-pack na sariwang dahon ng basil
- ½ tasang gadgad na parmesan cheese
- 8 onsa ng keso ng kambing
- 1-2 kutsarita ng tinadtad na bawang
- ½ kutsarita ng asin
- ½ tasa ng langis ng oliba

MGA TAGUBILIN:

a) Paghaluin ang basil, keso, bawang, at asin sa isang food processor o blender hanggang makinis. Magdagdag ng langis ng oliba sa isang pantay na stream at ihalo hanggang sa pinagsama.

b) Ihain kaagad o ilagay sa refrigerator.

87. Mainit na Pizza Super sawsaw

MGA INGREDIENTS:
- Pinalambot na Cream Cheese
- Mayonnaise
- Keso ng Mozzarella
- Basil
- Oregano
- Bawang Pulbos
- Pepperoni
- Itim na oliba
- Mga Green Bell Peppers

MGA TAGUBILIN:
a) Paghaluin ang iyong pinalambot na cream cheese, mayonesa, at kaunting mozzarella cheese. Magdagdag ng isang sprinkle ng basil, oregano, perehil, at pulbos ng bawang, at pukawin hanggang sa ito ay maayos na pinagsama.

b) Punan ito sa iyong malalim na plato ng dish pie at ikalat ito sa pantay na layer.

c) Ikalat ang iyong pizza sauce sa ibabaw at idagdag ang iyong gustong mga toppings. Para sa halimbawang ito, magdaragdag kami ng mozzarella cheese, pepperoni black olives, at green peppers. Maghurno sa 350 sa loob ng 20 minuto.

88. Inihurnong Spinach at Artichoke Dip

MGA INGREDIENTS:
- Ang 14 na onsa ay maaaring artichoke na mga puso, pinatuyo at tinadtad
- 10 ounces frozen tinadtad spinach lasaw
- 1 tasang totoong mayo
- 1 tasang gadgad na parmesan cheese
- 1 sibuyas ng bawang pinindot

MGA TAGUBILIN:
a) I-thaw ang frozen spinach pagkatapos ay pisilin ito ng tuyo gamit ang iyong mga kamay.
b) Paghaluin: pinatuyo at tinadtad na artichoke, piniga na spinach, 1 tasang mayo, ¾ tasa ng parmesan cheese, 1 pinindot na sibuyas ng bawang, at ilipat sa isang 1-quart casserole o pie dish.
c) Budburan ang natitirang ¼ cup parmesan cheese.
d) Maghurno nang walang takip sa loob ng 25 minuto sa 350°F o hanggang sa uminit. Ihain kasama ng iyong paboritong crostini, chips, o crackers.

89. Artichoke Dip

MGA INGREDIENTS:
- 2 tasa ng artichoke heart, tinadtad
- 1 tasa ng mayonesa o light mayonnaise
- 1 tasang ginutay-gutay na Parmesan

MGA TAGUBILIN:

a) Pagsamahin ang lahat ng mga sangkap, at ilagay ang timpla sa isang greased baking dish. Maghurno ng 30 minuto sa 350 °F.

b) I-bake ang sawsaw hanggang sa ito ay bahagyang browned at bubbly sa ibabaw.

90. Creamy artichoke dip

MGA INGREDIENTS:
- 2 x 8 ounces na pakete ng cream cheese, room temp
- ⅓ tasa ng kulay-gatas
- ¼ tasa ng mayonesa
- 1 kutsarang lemon juice
- 1 kutsarang Dijon mustard
- 1 sibuyas ng bawang
- 1 kutsarita ng Worcestershire sauce
- ½ kutsarita ng mainit na sarsa ng paminta
- 3 x 6 ounces na garapon ng adobong puso ng artichoke, pinatuyo at tinadtad
- 1 tasang gadgad na mozzarella cheese
- 3 scallions
- 2 kutsaritang tinadtad na jalapeño

MGA TAGUBILIN:

a) Gamit ang electric mixer, talunin ang unang 8 sangkap sa isang malaking mangkok hanggang sa maghalo. I-fold sa artichokes, mozzarella, scallion, at jalapeño.

b) Ilipat sa isang baking dish.

c) Painitin muna ang oven sa 400 °F.

d) Maghurno ng sawsaw hanggang sa mabula at kayumanggi sa ibabaw— mga 20 minuto.

91. Dill at Cream Cheese Dip

MGA INGREDIENTS:
- 1 tasa plain soy yogurt
- 4 na onsa ng Cream Cheese
- 1 kutsarang lemon juice
- 2 kutsarang pinatuyong chives
- 2 kutsarang pinatuyong dill weed
- 1/2 kutsarita ng asin sa dagat
- Dash paminta

MGA TAGUBILIN:
a) Paghaluin ang lahat at palamigin nang hindi bababa sa isang oras.

92. Wild rice at Chili Dip

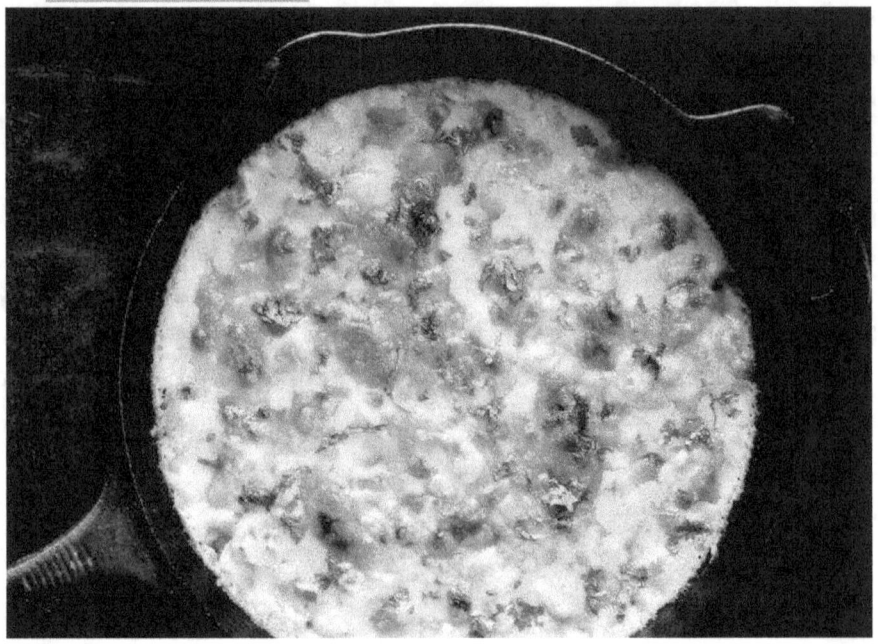

MGA INGREDIENTS:
- 12 onsa ng lutong lentil
- ¼ tasang sabaw ng gulay na walang lebadura
- ¼ tasa tinadtad na berdeng paminta
- 1/2 clove na bawang, pinindot
- 1 tasang diced na kamatis
- ¼ tasa tinadtad na sibuyas
- 2 onsa ng Cream Cheese
- 1/2 kutsarang sili na pulbos
- 1/2 kutsarita ng kumin
- ¼ kutsarita ng asin sa dagat
- Dash paprika
- 1/2 tasang lutong ligaw na bigas

MGA TAGUBILIN:

a) Sa isang maliit na kasirola, lutuin ang lentil at sabaw ng gulay.

b) Idagdag ang mga sibuyas, kampanilya, bawang, at mga kamatis at lutuin ng 8 minuto sa katamtamang init.

c) Sa isang blender, pagsamahin ang Cream Cheese, chili powder, cumin, at sea salt hanggang makinis.

d) Pagsamahin ang rice, cream cheese blend, at lentil vegetable mix sa isang malaking mixing bowl at ihalo nang mabuti.

93. Spicy Pumpkin at Cream Cheese Dip

MGA INGREDIENTS:
- 8 ounces ng Cream Cheese
- 15 ounces ng unsweetened canned pumpkin
- 1 kutsarita ng kanela
- ¼ kutsarita ng allspice
- ¼ kutsarita ng nutmeg
- 10 pecans, dinurog

MGA TAGUBILIN:

a) Pagsamahin ang Cream Cheese at de-latang kalabasa sa isang panghalo hanggang sa mag-atas.

b) Haluin ang cinnamon, allspice, nutmeg, at pecans hanggang sa lubusang pagsamahin.

c) Bago ihain, palamigin ng isang oras sa refrigerator.

94. Creamy Spinach-Tahini Dip

MGA INGREDIENTS:
- 1 (10-onsa) na pakete ng sariwang baby spinach
- 1 hanggang 2 sibuyas ng bawang
- kutsarita asin
- ⅓ tasa tahini (sesame paste)
- Juice ng 1 lemon
- Ground cayenne
- 2 kutsarang toasted sesame seeds, para sa dekorasyon

MGA TAGUBILIN:

a) Banayad na singaw ang spinach hanggang malanta, mga 3 minuto. Patuyo at itabi.

b) Sa isang food processor, iproseso ang bawang at asin hanggang sa makinis na tinadtad. Idagdag ang steamed spinach, tahini, lemon juice, at cayenne sa panlasa.

c) Iproseso hanggang sa mahusay na pinaghalo at tikman, pagsasaayos ng mga pampalasa kung kinakailangan.

d) Ilipat ang sawsaw sa isang daluyan na mangkok at iwiwisik ang mga buto ng linga. Kung hindi kaagad gagamitin, takpan at palamigin hanggang kailanganin.

e) Tamang nakaimbak, mananatili ito nang hanggang 3 araw.

95. Apricot At Chile Dipping Sauce

MGA INGREDIENTS:
- 4 na pinatuyong mga aprikot
- 1 tasa ng puting katas ng ubas o katas ng mansanas
- 1 kutsarita Asian chili paste
- 1 kutsarita gadgad sariwang luya
- 1 kutsarang toyo
- 1 kutsarang suka ng bigas

MGA TAGUBILIN:

a) Sa isang maliit na kasirola, pagsamahin ang mga aprikot at katas ng ubas at init hanggang sa kumulo. Alisin sa apoy at itabi ng 10 minuto para lumambot ang mga aprikot.

b) Ilipat ang apricot mixture sa isang blender o food processor at iproseso hanggang makinis. Idagdag ang chili paste, luya, toyo, at suka at iproseso hanggang makinis. Tikman, ayusin ang mga pampalasa kung kinakailangan.

c) Ilipat sa isang maliit na mangkok. Kung hindi kaagad gagamitin, takpan at palamigin hanggang kailanganin.

d) Sa wastong pag-imbak, ang sarsa ay mananatili sa loob ng 2 hanggang 3 araw.

96. Roasted Eggplant Dip

MGA INGREDIENTS:
- 3 katamtamang eggplants na may balat (ang malaki, bilog, purple variety)
- 2 kutsarang mantika
- 1 tambak na kutsarita ng mga buto ng cumin
- 1 kutsarita ng ground coriander
- 1 kutsarita ng turmeric powder
- 1 malaking dilaw o pulang sibuyas, binalatan at hiniwa
- 1 piraso ng ugat ng luya, binalatan at gadgad o tinadtad
- 8 cloves ng bawang, binalatan at gadgad o tinadtad
- 2 medium na kamatis, binalatan (kung maaari) at diced
- 4 berdeng Thai, serrano, o cayenne chiles, tinadtad
- 1 kutsarita red chile powder o cayenne
- 1 kutsarang coarse sea salt

MGA TAGUBILIN:
a) Magtakda ng oven rack sa pangalawang pinakamataas na posisyon. Painitin muna ang broiler sa 500°F (260°C). Lagyan ng aluminum foil ang baking sheet para maiwasan ang gulo mamaya.

b) Sundutin ang mga butas sa talong gamit ang isang tinidor (para maglabas ng singaw) at ilagay ito sa baking sheet. Iprito sa loob ng 30 minuto, paikutin nang isang beses. Ang balat ay masusunog at masusunog sa ilang mga lugar kapag sila ay tapos na. Alisin ang baking sheet sa oven at hayaang lumamig ang talong ng hindi bababa sa 15 minuto. Gamit ang isang matalim na kutsilyo, gupitin ang isang split pahaba mula sa isang dulo ng bawat talong hanggang sa isa, at hilahin ito nang bahagya. Kunin ang inihaw na laman sa loob, maging maingat upang maiwasan ang singaw at magsalba ng mas maraming katas hangga't maaari. Ilagay ang inihaw na laman ng talong sa isang mangkok—magkakaroon ka ng mga 4 na tasa (948 mL).

c) Sa isang malalim at mabigat na kawali, initin ang mantika sa katamtamang init.

d) Idagdag ang kumin at lutuin hanggang kumulo ito ng mga 30 segundo.

e) Idagdag ang kulantro at turmerik. Paghaluin at lutuin ng 30 segundo.

f) Idagdag ang sibuyas at kayumanggi sa loob ng 2 minuto.

g) Idagdag ang ugat ng luya at bawang at lutuin ng 2 minuto pa.

h) Idagdag ang mga kamatis at sili. Magluto ng 3 minuto, hanggang lumambot ang timpla.

i) Idagdag ang laman mula sa mga inihaw na talong at lutuin ng isa pang 5 minuto, paghahalo paminsan-minsan upang hindi dumikit.

j) Idagdag ang red chile powder at asin. Sa puntong ito, dapat mo ring alisin at itapon ang anumang naliligaw na piraso ng nasunog na balat ng talong.

k) Haluin ang halo na ito gamit ang isang immersion blender o sa isang hiwalay na blender. Huwag labis-labis—dapat mayroon pa ring texture. Ihain kasama ng toasted naan slices, crackers, o tortilla chips. Maaari mo ring ihain ito ayon sa kaugalian kasama ng Indian na pagkain ng roti, lentil, at raita.

97.Radish Microgreen at Lime Dip

MGA INGREDIENTS:
- 4 ounces labanos microgreens
- 2 onsa cilantro
- 8 onsa ng kulay-gatas
- 1 kutsarang dilaw na sibuyas, gadgad
- 1 maliit na sibuyas na bawang, gadgad
- 2 kutsarang katas ng kalamansi o ayon sa panlasa
- asin sa panlasa
- red pepper flakes sa panlasa

MGA TAGUBILIN:
a) Sa isang blender, pagsamahin ang microgreens, cilantro (mga tangkay at lahat), sibuyas, bawang, at kulay-gatas hanggang makinis.

b) Timplahan ng katas ng kalamansi, asin, at isang kurot ng red pepper flakes. Ihain na may kasamang chips, gulay, inihaw na karne, at iba pang side dish.

98. Mango-Ponzu Dipping Sauce

MGA INGREDIENTS:
- 1 tasang hiniwang hinog na mangga
- 1 kutsarang ponzu sauce
- ¼ kutsarita ng Asian chili paste
- ¼ kutsarita ng asukal
- 2 kutsarang tubig, at higit pa kung kinakailangan

MGA TAGUBILIN:

a) Sa isang blender o food processor, pagsamahin ang lahat ng mga sangkap at timpla hanggang makinis, magdagdag ng isa pang kutsarang tubig kung nais ng mas manipis na sarsa.

b) Ilipat sa isang maliit na mangkok. Ihain kaagad o takpan at palamigin hanggang handa nang gamitin. Ang sarsa na ito ay pinakamahusay na ginagamit sa parehong araw na ito ay ginawa.

99. Eggplant Walnut Spread

MGA INGREDIENTS:
- 2 kutsarang langis ng oliba
- 1 maliit na sibuyas, tinadtad
- 1 maliit na talong, binalatan at gupitin sa isang pulgadang dice
- 2 sibuyas ng bawang, tinadtad
- kutsarita asin
- 1/8 kutsarita ng ground cayenne
- tasa ng tinadtad na mga walnuts
- 1 kutsarang sariwang tinadtad na basil
- 2 kutsarang vegan mayonnaise
- 2 kutsarang tinadtad na sariwang perehil, para sa dekorasyon

MGA TAGUBILIN:

a) Sa isang malaking kawali, init ang mantika sa katamtamang init. Idagdag ang sibuyas, talong, bawang, asin, at cayenne. Takpan at lutuin hanggang malambot, mga 15 minuto. Ihalo ang mga walnuts at basil at itabi upang lumamig.

b) Ilipat ang pinalamig na pinaghalong talong sa isang food processor. Idagdag ang mayonesa at iproseso hanggang makinis. Tikman, ayusin ang mga panimpla kung kinakailangan, at pagkatapos ay ilipat sa isang medium na mangkok at palamutihan ng perehil.

c) Kung hindi kaagad gagamitin, takpan at palamigin hanggang kailanganin.

d) Tamang nakaimbak, mananatili ito nang hanggang 3 araw.

100. Sassy Spinach Dip With Roasted Garlic

MGA INGREDIENTS:
- 5 hanggang 7 sibuyas ng bawang
- 1 (10-onsa) na pakete ng frozen na tinadtad na spinach, lasaw
- ½ tasa ng vegan mayonnaise
- ½ tasa ng vegan sour cream
- 2 kutsarita sariwang katas ng kalamansi
- ¼ tasa tinadtad na berdeng sibuyas
- ¼ tasa ng ginutay-gutay na karot
- 2 kutsarang tinadtad na sariwang cilantro o perehil
- kutsarita asin kintsay
- Asin at sariwang giniling na itim na paminta

MGA TAGUBILIN:

a) Painitin muna ang oven sa 350° F. Igisa ang bawang sa isang maliit na baking sheet hanggang sa ginintuang, 12 hanggang 15 minuto. Pindutin o durugin ang inihaw na bawang at i-mash sa isang i-paste. Itabi.

b) Habang iniihaw ang bawang, pasingawan ang spinach hanggang lumambot, 5 minuto. Pigain ang tuyo at makinis na tumaga. Itabi.

c) Sa isang medium na mangkok, pagsamahin ang mayonesa, kulay-gatas, katas ng dayap, at inihaw na bawang. Haluin upang pagsamahin.

d) Idagdag ang berdeng sibuyas, karot, at cilantro. Haluin ang steamed spinach at timplahan ng kintsay asin at asin at paminta ayon sa panlasa. Haluing mabuti.

e) Palamigin nang hindi bababa sa 1 oras bago ihain upang tumindi ang lasa. Kung hindi kaagad gagamitin, takpan at palamigin.

f) Tamang nakaimbak, mananatili ito nang hanggang 3 araw.

KONGKLUSYON

Sa pagtatapos namin ng "Crunchy Delights: ANG PINAKAMAHUSAY GABAY SA CHIPS, MALUTONG NA MUMO, SARSA," umaasa kaming nakahanap ka ng inspirasyon at kagalakan sa paggalugad sa mundo ng meryenda. Ikaw man ay isang batikang mahilig sa meryenda o isang baguhan sa kusina, ang cookbook na ito ay naglalayong magbigay sa iyo ng isang koleksyon ng mga hindi mapaglabanan na mga recipe na magpapalaki sa iyong laro ng meryenda.

Tandaan, ang kagandahan ng chips, crisps, at dips ay nakasalalay sa kanilang versatility. Huwag mag-atubiling mag-eksperimento sa iba't ibang lasa, texture, at sangkap upang gawin ang iyong mga signature na meryenda. Nagho-host ka man ng pagtitipon, nag-e-enjoy sa isang tahimik na gabi sa bahay, o naghahanap ng mabilis at kasiya-siyang pagkain, ang mga recipe sa aklat na ito ang magiging gabay mo sa mga hindi malilimutang karanasan sa meryenda.

Kaya, kunin ang iyong paboritong bag ng mga chips, i-roll up ang iyong mga manggas, at hayaang magsimula ang paglalakbay. Maghanda upang tikman ang langutngot, magpakasawa sa mga lasa, at lumangoy sa sarap gamit ang "Crunchy Delights: ANG PINAKAMAHUSAY GABAY SA CHIPS, MALUTONG NA MUMO, SARSA." Happy snacking!

www.ingramcontent.com/pod-product-compliance
Lightning Source LLC
Chambersburg PA
CBHW071911110526
44591CB00011B/1641